Abantu Bapfa Iki?

Igice cya Kabiri

IBIRI MURI IKI GITABO

GUSHIMIRA

Mbanje gushimira Imana ishobora byose yanteye umwete wo kwandika iki gitabo. Kuko Imana ari yo idutera gushaka no gukora ibiyishimisha (Abafilipi 2:13). Mu kwandika iki gitabo abantu benshi bagiye bantera inkunga. Ndashimira abantu bose bamfashije, gutekereza no gukosora byinshi kuri iki gitabo mbere yuko gisohoka. Mu kwandika iki gitabo, nagiye niyambaza abantu batari bake barimo abanyarwanda ndetse n'abanyamahanga, mbasaba kugerageza gusubiza ikibazo, "abantu bapfa iki".

Iki ntabwo ari ikibazo umuntu umwe yakwihandagaza ngo atangaze igisubizo ku buryo bwihuse. Kukibonera inyishyu byasabye amasengesho n'inkunga za benshi. Abantu batari bake barimo inshuti yanjye Nkundimana Prosper, bagiye bamfasha gusoma iki gitabo no kumfasha gushyira iyi nyandiko mu Kinyarwanda cyumvikana.

Ndashimira umukozi w'Imana Pasteur Rwigamba Albert wampamagaye igihe kimwe ambaza icyo abantu bapfa. Iki kibazo nagitekerejeho igihe kirekire. Nyuma yo kugitekerezaho, naje kujya mu rugendo rw'amahugurwa y'abakozi b'Imana mu gihugu cya Malawi mu mwaka wa 2014. Kuri gahunda twari dufite inyigisho zijyanye no kubabarira. Turangije izo nyigisho,

Umwuka Wera yakoze ku bashumba benshi bari bitabiriye izo nyigisho batangira gutanga ubuhamya no kwatura ibyo bumvaga Umwuka Wera abahata kwatura ku byerekeye kubabarira. Nyuma y'urwo rugendo numvise nyobowe gutangira kwandika iki gitabo. Muri iki gitabo

5

ndabwiriza, ngasenga, kandi nkigisha nihereyeho. Iyi ni ibarwa Uwiteka yanyandikiye, maze nanjye mpitamo kuyisomera abashaka kumva bose, n'ijwi riranguruye.

Ku buryo bw'umwihariko ndashimira bantu bakurikira bitanze mu gusoma iki gitabo no gukosora byinshi mbere yuko gisohoka: Mukankwiro Monique yafashe iya mbere mu gusoma inyandiko ya mbere (Imana imuhe iruhuko ridashira); Uwimana Emmanuel ari mu bambere bitanze batazuyaje mu gusoma iki gitabo kandi akingarurira ku gihe nari namusabye.

Nyiransengiyumva Tamar yahinduye byinshi ku mitekerereze yange n'urutonde rw'ibice bigize iki gitabo; mwenedata Munyabarame Evariste yasomye iki gitabo akosora byinshi kuri cyo, ashyira na byinshi ku murongo, ndetse antera inkunga ikomeye kugirango iki gitabo kigere kuri benshi. Abashumba Rutegamihigo Come na Nsanzurwimo Joseph basomye iki gitabo cyose mbere yuko gisohoka. Barivugira mu magambo yabo uburyo babonye iki gitabo. Abo bose n'abandi bagize uruhare kuri iki gitabo ntashoboye kurondora, Imana ibahe umugisha.

Ndashimira umuryango wanjye, abavandimwe n'inshuti bansengeye kugirango iki gitabo cyandikwe. Ndashimira kandi by'umwihariko umuryango wa Exodus Vision wanshyigikiye mu ngendo nagiye nkora mu murimo w'Imana, ukampa n'uburyo bwo kugeza iki gitabo ku bantu benshi bashoboka.

Abagize uruhare kuri iki gitabo n'abazagisoma bose, Imana izabampere umugisha. Iki gitabo ngituye

Abavandimwe banjye muri Kristo batahwemye kunsengera no kunshyigikira mu gihe nandikaga iki gitabo. Imana ibigishe, Imana ibasetse, Imana ibateteshe, Imana ibihishurire, Uwiteka abarebe neza, abamurikishirize umucyo wo mu maso he.

Rev. Faustin Uzabakiliho, Ph.D
Exodus Vision, President and Founder

AMAGAMBO Y'IBANZE

Mu gitabo "Abantu Bapfa Iki, Igice cya Mbere" nagerageje gushakisha umuzi w'ibibazo byugarije Abanyarwanda. Igice cya mbere cyari kigamije gusesengura ipfundo ry'ibibazo duterwa n'abantu cyangwa dutera abandi bantu. Muri icyo gice nakoze itohoza nifashishije abantu barenga 100, abenshi muri bo bari Abanyarwanda, abandi bari abanyamahanga, bose batuye mu duce dutandukanye tw'isi. Buri muntu namubajije iki kibazo "Abanyarwanda bapfa iki?" Cyangwa "abantu muri rusange bapfa iki?"

Nasanze hari abandi bantu benshi bibaza icyo kibazo, ariko nsanga na none atari benshi bashishikarira kugishakira umuti. Bamwe mu bantu nabajije bumvaga ari ikibazo kigoye kubonerwa umuti, abandi bakumva gushaka uwo muti ari ukwirarira cyangwa guta igihe.

Nyuma y'ibisubizo byinshi nabonye, nafashe igihe gihagije cyo gusesengura ibisubizo abantu bampaye n'ibyange ubwanjye. Ibisubizo bashubije uzabisanga mu gitabo "Abantu Bapfa Iki ? Igice cya Mbere". Uramutse utarasomye "Abantu Bapfa Iki, Igice cya Mbere", nakugira inama yo kubanza kugisoma, cyangwa se waba utarahise ukibona, ukazateganya kugisoma nyuma y'iki gice cya kabiri.

Nyuma y'iryo tohoza ryo mu gice cya mbere, ndakomeza mvuga ku kubabarira nk'inzira iboneye yadufasha gukemura ibibazo bijyanye n'umubabaro abantu badutera.

8

Ntangira igice cya kabiri nsobanura icyo kubabarira atari cyo, ngakomeza mvuga icyo kubabarira ari cyo. Muri iki gice urasangamo ibisubizo by'ibibazo abantu bakunze kwibaza ku nyigisho zo kubabarira, nk'urugero: Ese umuntu yababarira umuntu wapfuye ate? Ni uwuhe mumaro wo Kwibabarira? Nzamenya gute ko nababariye? N'ibindi n'ibindi...

Muri iki gice, mvuga ku buryo burambuye intambwe z'ingenzi umuntu yatera mu rugendo rwo kubabarira: Umumaro wo Kwimenya, Kumenya mugenzi wawe, Kumenya Imana, no Kumenya umwanzi wawe. Mu gusobanura izi ntambwe, nifashishije Bibiliya muri rusange, ngenda ntanga n'ingero zifatika. Ndandiza iki gitabo mpugurira umusomyi kugira ibyiringiro bitanyeganyega mu Mana, kandi mwibutsa ko dufite inkunga ikomeye y'Umwuka Wera.

Ni ngombwa yuko umusomyi amenya ko amazina menshi y'ahantu n'abantu yakoreshejwe muri iki gitabo ari amazina y'amahimbano. Nubwo inkuru zirimo zerekana ibintu biriho cyangwa byabayeho, amazina n'inkuru biri muri iki gitabo byagiye bihindurwa kubera ubusugire, uburenganzira n' umutekano w'abantu bavugwamo. Inkuru z'abantu usoma muri iki gitabo ni inkuru zabayeho cyangwa se zishushanya ibyabaye ku bantu uzi.

Ndizera ko iki gitabo kizafasha umusomyi kuvumbura ubutunzi bwinshi bwihishe mu gikorwa cyo kubabarira no kumenya ibyo abantu bapfa. Ntabwo nibwira ko isi yose izahinduka kubera iki gitabo, kuko iki ni kimwe mu bitabo ibihumbi n'ibihumbi bisohoka buri munsi ku isi. Uko biri kose, nasenze Imana, kandi mfite ibyiringiro ko mu basomyi b'iki gitabo hazagira abo Imana ikora ku mutima bakemera guhitamo neza.

Imana iguhe umugisha

Rev. Faustin Uzabakiliho, Ph.D.
Lancaster, California
Ukuboza, 2018

Rev. Rutegamihigo Come aravuga uburyo abona iki gitabo

Ndashimira Imana yabashishije Dr. Faustin kwandika iki gitabo, *"ABANTU BAPFA IKI?"* Iki gitabo cyaramfashije cyane nk'umuntu wanyuze mu buzima butandukanye bwo mu buyobozi bw'Itorero.

Iki gitabo cyafasha abantu bo mu nzego zose kuko ingero n'inkuru zirimo nasanze hari izabonekaga mu bitabo bya kera mu mashuri, kuri Radio nka Sebwugugu, Petero Nzukira, Semuhanuka, Ibyiruka rya Mahero n'izindi nkuru nziza zafasha gukira umutima. Kubera iyo mpamvu iki gitabo cyabera igisubizo abagabo n'abagore, abana n'ababyeyi, abashumba n'intama bashinzwe mu Itorero babarizwamo.

Iki gitabo umuntu agisomanye ubumemenyi buke yagirango cyandikiwe Abanyarwanda gusa. Nyamara kubera ubutunzi bukirimo, umuntu ashoboye kugishyira mu ndimi nyinshi, iki gitabo cyabera igisubizo abantu benshi kuri iyi isi yugarijwe n'ingaruka z'icyaha.

Ibyo byashingira ku bintu bitandukanye abakozweho ubushakashatsi bagaragaje ku bijyanye n'ibyo Abanyarwanda bapfa. Muri byo twavuga nka: Ubujiji, Ubutunzi, Ishyari, Kutavugisha ukuri, Kwishyira hejuru, n'ibindi. Izi mpamvu zitanya abantu wazisanga muri kamera ya bene Adamu, bityo akaba ari yo mpamvu nemeza ko iki gitabo cyagirira akamaro abantu benshi batuye kuri iyi si.

Iki gitabo kigiye gusohoka mu rurimi rw'Ikinyarwanda kizagirira abantu benshi bashobora gusoma no kumva Ikinyarwanda batuye mu Rwanda, mu Burundi, Uganda, Uburasirazuba bwa Kongo, ndetse n'uburengerazuba bwa Tanzaniya mu turere twa Kigoma na Kagera dutuwemo n'Abaha ndetse n'Abahangaza.

Iki gitabo ni ingenzi ku Banyarwanda n'Abarundi kuko ibyo bihugu byombi byaranzwe n'amateka yuzuyemo intambara zishingiye ku miyoborere yubakiye ku bwoko. Ibyo byatumye abatuye ibyo ihugu byombi bahinduka inkomere zo mu mutima mu buryo burenze uko umuntu yabitekereza. Ni ibihugu byuzeyemo abapfakazi benshi, imfumbyi, inshike, abihekuye, abicanyi, abihoreye, abataye ibyiringiro n'ikizere cy'ubuzima. Abo bose basomye iki gitabo cyabafasha kongera kwiyubaka.

Iki gitabo cyafasha kandi abacitse ku icumu mu gihe cy'Itsembabwoko n'Itsembatsemba, abakomerekejwe cyangwa bagakomeretsa impunzi z'Abanyarwanda n'Abarundi bari mu bihugu zahungiyemo.Abakomerekejwe no kutababarira iki gitabo bazagisangamo imigisha iva mu kubabarira. Nutababarira abandi, nawe ntuzababarirwa.

11

Warababariwe kandi uhora ubabarirwa. Ugomba kubabarira abandi kugirango nawe wiyubakire iteme uzacaho mu gihe uzaba usaba abandi imbabazi. Kubabarira ni itegeko ry'Imana. Kubabarira ni impano twiha ubwacu, mbere yo kuyiha abandi. Iyo tubabariye duhindura ejo hacu hazaza. Kubabarira bituma umutima wacu uba muzima. Kubabarira bitera umubiri wacu kugubwa neza, bikaduha ituze. Kubabarira byongera iminsi yacu yo kubaho.

Abakomerekejwe no kutatura bafite ingorane cyane kuko babaho mu bwihebe. Iki gitabo ni igisubizo kuri bo. Kwatura umuntu yabigereranya no gutura umutwaro ukurusha ibiro. Iyo umuntu agize amahirwe akabona umukuraho uwo mutwaro yumva aruhutse mu mutima. Iyo umaze kwatura wumva ugize amahoro mu mutima.

Ndi gusoma iki gitabo nibutse ubugambanyi nagiye mbona mu itorero kandi bugakorwa n'abitwa ko ari abakristo benedata dusangiye urugendo rujya mu ijuru. Ibyo bintu byarambabaje cyane kandi bikomeretsa umutima wanjye kuko sinashoboraga kumva ukuntu umukozi w'Imana ashobora kugambanira mwenese basangiriye ku gikombe cy'amaraso n'umubiri by'Umwami wacu Yesu Kristo. Nabiherukaga kubisoma Kuri Yuda Iskaliyote wagambaniye Yesu Kristo.

Iyo nibutse ijambo Yesu yabwiye Yuda ndushaho kugira ubwoba kandi ngasanga kugambirira kugirira nabi mugenzi wawe ari ishyano mu bantu.Yesu yaravuze ngo: "...*umuntu ugambanira Umwana w'umuntu azabona ishyano: ibyajyaga kumubera byiza ni uko aba ataravutse*" (Matayo

12

26:24). Uku kugambirira ikibi kwa Yuda no kutacyihana ni ko kwatumye apfa yimanitse (27:3-5). Nawe rero urebe neza utazapfa urwa Yuda.

Mu myaka namaze mu buyobozi bw'itorero, nagiye mbona ubugambanyi mu matorero kenshi, kandi ngacira ababukora imanza mu mutima. Nibagirwaga ko Imana ari yo Mucamanza Nyakuri kandi ko guhora ari ukw'Imana. Hamwe no gokomeza gusenga nshaka icyo nakora ngo mve muri ako kazitiro, Imana yaje kumpa imbaraga zo kubababarira.

Umwuka Wera yanyemeje gusanga abo twari tuziranye kuruta abandi kandi bari ku isonga, ngambiriye kubababarira. Maze kubababarira numvise ngize amahoro no kuruhuka mu mutima. *Singombwa ko tubababarira abadusabye imbabazi gusa kuko gutanga imbabazi bikiza mbere na mbere nyiri ukuzitanga. Tugomba kubababarira kuko ari itegeko ry'Imana.*

Iki gitabo nugisoma witonze uzagisangamo ibisubizo by'umutima wawe, umuryango wawe, Itorero ryawe, n'abaturanyi bawe. Mu yandi magambo, navuga ko iki gitabo ari umusanzu ukomeye ku gihugu cyacu. Niba ufite umuryango nakugira inama yo kujya mu gisomera hamwe nk'umuryango. Niba ufite itsinda usengeramo nakugira inama y'uko mwazagira gahunda yo kugisomera hamwe kandi mukareka Umwuka Wera akavugana namwe kugira ngo aho abasabye kwihana mubikore, aho abasabye gusaba imbabazi mubikore mu izina rya Yesu Kristo.

Mu gusoza natanga inama yuko iki gitabo wakigira icya kabiri nyuma ya Bibliya yawe. Iki gitabo nticyandikanywe ubwenge gusa ahubwo ndahamya ko uwacyanditse yari ashorewe n'imbaraga z'Umwuka Wera. Nkwifurije kugira ubuzima bwuzuye kwatura no kubabarira.

Rev. Rutegamihigo Come

DUSOBANUKIRWE KUBABARIRA

I. Icyo Kubabarira Atari Cyo

Kubabarira ni ijambo ryoroshye kurivuga ku rurimi ariko kurishyira mu bikorwa bikaba ingorabahizi. Iri jambo rikoreshwa mu mvugo hafi ya buri munsi ariko rikagira uburemere butandukanye bitewe n'impamvu urivuze cyangwa se igihe urivuzemo. Usitara ku muntu utambutse mu nzira, ukamubwira uti: "mbabarira". Mu mico imwe n'imwe, umuntu aritsamura akagomba kwisegura ku bandi ko yitsamuye, kandi ari uburenganzira bwe. Mu yindi mico, ikinyabupfura gisaba ko umuntu yisegura iyo yayuye cyangwa se akoze ikindi kintu gisa n'aho kibangamiye abo bari kumwe.

Mu rugo umwana amena igikombe cyangwa isahani agasaba imbabazi. Ku borozi b'inka, iyo inka yawe yonnye imyaka y'umuturanyi, ugomba gasaba imbabazi. Akenshi hari ubwo kuvuga ngo: "mbabarira" biba bidahagije, bikaba ngombwa yuko uriha ibyo wangije. Ibi tubibona kenshi ku bakozi bo mu rugo. Iyo umukozi amennye ikirahure cyangwa teremosi, akenshi gusaba imbabazi kuri we ni uguta igihe. Aba yiteguye ko ukwezi nigushira bazamukata amafaranga yo kwishyura ibyo yangije.

Imbabazi zishobora kugira uburemere butandukanye bitewe n'ikosa umuntu yakoze. Umuntu utambutse akagukandagira ntabwo uzamuha imbabazi zingana n'umuntu waguhekuye. Mu ndimi zitandukanye hari ubwo

15

hakoreshwa amagambo atandukanye ajyanye no kubabarira, ariko mu Kinyarwanda dukoresha ijambo "kubabarira" dushaka kuvuga ibintu bidafite uburemere bungana. Ku basoma Bibiliya, ijambo "imbabazi" turisanga muri Bibiliya inshuro 17, naho amagambo ajyanye no kubabarira tukayasanga mu Isezerano rya Kera inshuro 48 no mu Isezerano Rishya inshuro 34 (Gary Howell).

Kubera urujijo rukunze kugaragara mu gukoreshwa kw'ijambo "kubabarira", ni byiza kubanza gusobanura icyo kubabarira atari cyo mbere yo gutanga ubusobanuro burambuye kuri iri jambo:

Icya mbere, nkuko nabivuze mu gice kibanza, kubabarira ntibivuga yuko uwakorewe amakosa atababajwe n'ibyamubayeho cyangwa se ko ashyigikiye ubugome umuntu yamugiriye. Iyo umuntu akoze icyaha agasaba imbabazi, ntibihindura icyo cyaha kuba ikintu cyiza. Gukunda umunyabyaha no kumuha imbabazi ntibivuga gukunda cyangwa gushyigikira ibyaha yakoze, cyangwa kumushimira ubugome yagize. Bibaye bityo, abantu bajya barushanwa kugira ubugome kugirango bahabwe ingororano.

Imana ikunda abanyabyaha ariko ikanga icyaha ndetse ikagihanira. Urugero: umuntu aguteye mu rugo akagusahura, ushobora kumufata ukamubabarira, ariko imbabazi umuhaye, ntizisobanura ko ushyigikiye cyangwa ushimishijwe n'ibyo yakoze. Iyo bibaye ngombwa hari ubwo imbabazi uhaye uwo muntu zishobora gukurikirwa no kumushyikiriza ubucamanza.

Icya kabiri, kubabarira umuntu ntibivuga yuko uhise ugarurira uwo muntu icyizere. Urugero, Emerita yashakanye n'umugabo we Mariko babyarana abana babiri b'abakobwa. Bukeye Mariko aza guhitanwa n'intambara. Kubera ko Emerita yagombaga gukora kugirango atunge abo bana be, byabaye ngombwa ko ashaka umukozi w'umuhungu n'umukobwa bakora imirimo yo mu rugo. Bukeye umukozi w'umuhungu witwaga Muvunyi ahengera nta muntu uri mu rugo aza gushukashuka umwana w'imfura w'umukobwa wa Emerita amukorera ibya mfura mbi. Emerita yaje kubimenya ajyanye umwana kwa muganga bamubwira ko yanduye indwara mpuzabitsina.

Birumvikana ko yabaye nk'ukubiswe n'inkuba. Kubera ko Emerita yari umukristo, yasenze Imana, aza guhabwa imbaraga zo kubabarira umukozi we. Ariko nubwo Emerita yababariye umukozi we, birumvikana ko nta wamuhatira guhita amugirira icyizere, ngo amusigire abana be agiye ku kazi. Bizamusaba igihe kirekire kugirango icyo cyizere kigaruke kandi bizaterwa ahanini no guhinduka kwa Muvunyi.

Icyo Emerita yahisemo gukora ni iki: Yahamagaye Muvunyi amubwira ko amubabariye, kandi abikora bimuvuye ku mutima, arangije amuhemba umushahara w'ukwezi kwose, nubwo hari hasigaye icyumweru kimwe ngo ukwezi gushire, maze amusezerera amahoro. Icyemezo Emerita yafashe, ntabwo ari abantu benshi bashobora kugifata. Ubuhemu bwa Muvunyi burenze ubw' umubyeyi yakwihanganira.

17

Ubusanzwe, abantu nka Muvunyi twagombye kwihutira kubashyikiriza ubutabera mu maguru mashya batarakora andi mahano. Ikindi kandi, nubwo Muvunyi yagize ubwoba bw'ibizakurikiraho amaze kumenya ko nyirabuja yabimenye, nta cyemeza ko atari kwongera kwangiza undi mwana usigaye kuko ntiyigeze yihana imbere y'Imana ngo habeho guhinduka muri we. Ubwo rero kwongera kumusigira abana kwaba ari ukumwibeshyaho ndetse no kutareba kure. Hari ubwo umuntu asenga Imana, akumva ayobowe gufata icyemezo abantu batamenyereye.

Icya gatatu, kubabarira ntibivuga yuko utagomba gushaka ubutabera. Ibi ntibivuga ko ugukoshereje wese ugomba guhita wirukira kumurega mu rukiko, ariko hari igihe biba ngombwa. Kugirango umenye icyo wakora hano, bigusaba gushishoza no gushaka ubuyobozi bw'Imana. Ubuyobozi bw'Imana ni bwo buyobozi busumbye ubundi, kandi abagendera muri ubwo buyobozi, Bibiliya nibo yita abana b'Imana. Ushobora kubabarira umuntu ariko ugasanga ari byiza kumushyikiriza ubutegetsi kubera umutekano wawe cyangwa uw'abandi bantu.

Urugero: Niba ahantu utuye harimo igisambo ruharwa cyibye ingo nyinshi kigahohotera n'abaturanyi, barimo n'inshuti zawe; ni ngombwa kubabarira icyo gisambo, ariko kumubabarira ntibivuga yuko uzakomeza kurebera ubwo busahuzi bubera mu gace utuyemo. Ugomba gushyikiriza uwo muntu ubutabera mu maguru mashya. Kutajyana uwo muntu mu bucamanza ni ukwanga abantu muturanye, ndetse ni ukwiyanga ubwawe, ukanga n'abana bawe. Kuko niba barateye umuturanyi wawe, ubutaha ni wowe bazatera.

18

Niba ukunda abantu ugakunda n'ukuri, wagombye kuba uwa mbere mu gushyikiriza uwo mubisha ubucamanza. Niba umuntu agenda yica, akiba ukaba ubizi neza, usabwe kumubabarira, ariko kumuhishira ni ugufatanya na we. Igihe kimwe uzabyuka usange umurenge w'iwanyu yawutsembye. Amategeko abereyeho kugirango arengere ikiremwa muntu, kandi abanyamategeko ni Imana yabashyizeho.

Icya kane, kubabarira ntibivuga ko ugomba guhita wiyunga n'uwakubabaje ako kanya. Kwiyunga ni byiza, kandi birushaho kuba byiza iyo kubabarira gukurikiwe no kwiyunga ako kanya, igihe cyose bishoboka. Abantu bamwe bibwira ko kubabarira byanze bikunze bikurikirwa no kwiyunga. Ariko hari igihe usanga kwiyunga bidahise bishoboka kuko kwiyunga bisaba ubushake ku mpande zombi naho kubabarira bisaba ubushake bw'uruhande rumwe.

Ni ukuvuga ngo umuntu ashobora kwanga ko mwiyunga ariko nta muntu ushobora kukubuza kumubabarira. Kubabarira ni icyemezo ufata ku giti cyawe. Nta burenganzira ugomba gusaba umuntu waguhemukiye cyangwa undi muntu uwo ari we wese mbere yo gutanga imbabazi. Iyo uwaguhemukiye abizi kandi abyemera akanabisabira imbabazi, ni ngombwa kumubabarira ukanabimubwira.

Ariko iyo nyiramakosa ayahakana kandi ntashake no gushyikirana, ni ngombwa ku mubabarira, ariko si ngombwa kubimubwira kuko kumubwira ko umubabariye we azabifata nko kumushinja, maze mutangire mujye mu mpaka. Mubabarire nurangiza umusengere, kuko atari wowe uzamwemeza amakosa yakoze. Uwo ni umurimo wa Mwuka Muziranenge.

Icya gatanu, ntabwo kubabarira bivuga kwibagirwa burundu ibyakubayeho. Abahanga mu mitekerereze y'ikiremwa muntu bajya bavuga ko kwibuka ari byo bikugira uwo uri we. Baha kwibuka umwanya ukomeye kugeza ubwo bavuga ko umuntu agizwe n'ibyo yibuka, kuko umuntu utagira icyo yibuka aba afite ikibazo mu bwonko cyangwa yaragize impanuka yangije uduce tumwe tw'ubwonko.

Ubwonko ni igice cy'umubiri gitoya ariko gifite ubushobozi buhambaye. Iyo ushyize ibipfunsi byawe byombi hamwe birebana, biguha ikigereranyo cy'uko ubwonko bwawe bungana. Ugereranije, ubwonko bupima ikiro kimwe n'ibice bitatu gusa, ariko bushobora kubika amakuru yakwandikwa mu bitabo biri hagati ya miliyoni enye na miliyoni mirongo ine. Ubwonko ntibujya buruhuka gukora waba uri maso cyangwa usinziriye. Buhora busubiramo ibyo wabonye, ibyo wumvise, ibyo ugambirira cyangwa wifuza kugeraho mu bihe bizaza.

Impamvu kubabarira bidakuraho kwibagirwa ni uko kwibuka ari ingabire y'umuntu ijyanye n'imikorere y'ubwonko bwe. **Ariko tugomba kuzirikana ko kwibuka k'umuntu wababariye gutandukanye cyane no kwibuka k'umuntu utarababariye.** Kwibuka k'umuntu utarababariye kujyana n'ibyiyumviro byo guhora, guhekenya amenyo, ijisho ribi, inzigo, guciraho iteka uwakubabaje n'ibindi.

Iyo umuntu wababariye yibutse uwamuhemukiye ntabwo amubaraho icyaha. Uwababariye abona inkovu yakize, ariko utarababariye, abona igisebe gihoraho. Uwababariye ntagira inzika, ntahigira uwamuhemukiye cyangwa ngo amwifurize ikibi. Umuntu wababariye, iyo yibutse uwamuhemukiye, amugirira impuhwe, ndetse akanamusengera mu mutima.

Abantu bamwe uzasanga bavuga ngo kubabarira ni ukwibagirwa. Ni byo koko ni ukwibagirwa burundu, ariko uku kwibagirwa kuvuga ko uwaguhemukiye utakimubaraho icyaha, ahubwo umufata nk'umugororwa wavuye mu munyururu: Kwibagirwa k'umuntu wababariye ntibivuga ko ibyabaye bisibanganye mu mutwe we, ahubwo bivuga ko intimba n'imitwaro yose yabihaye Imana ikabimwikorerera, aho kugirango agende abyikoreye. Iyo utababariye ugendana imvune mu mutima, kuko uba wikoreye wa wundi wita umuhemu. Umuntu utarababariye, abona uwamuhemukiye nk'imfungwa ikiri mu munyururu.

Tugomba gusobanukirwa isano iri hagati yo kubabara no kubabarira. Kubabazwa n'ibyakubayeho ntibivuga ko utababariye. Kwibuza kurira ni ugupfobya akababaro wagize, ndetse ni ukwihemukira, kuko mu marira havamo gukira ibikomere, cyane cyane iyo ayo marira uyerekeza ku Mana mu bihe by'amasengesho.

Kuvuga ngo kubabarira ni ukwibagirwa ntabwo bivuga ko utababaye. Ubugome wakorewe ntibwasibanganye mu mutwe wawe, ahubwo bivuga ko nta mwenda na muke uba ugifite ku muntu waguhemukiye. Ubugome wagiriwe bugereranywa n'imyenda iremereye, iruhije kwishyura.

21

Kubabarira mugenzi wawe bivuga guhitamo kutamwishyuza iyo myenda akurimo, ukayimuharira. Tuzirikane ko kubabarira nubwo bigoye bwose, ni ibintu bishoboka. Reka turebere hamwe ku buryo burambuye icyo kubabarira ari cyo.

II. Icyo Kubabarira Ari Cyo: Amashami yo Kubabarira

Biraruhije gusobanura kubabaria icyo ari cyo mu ijambo rimwe. Mu busobanuro bukurikira, ndagerageza gutanga ibintu bigize kubabarira. Kubabarira nabishushanya n'agaseke karimo imbuto nziza kandi zuzuzanya, buri rubuto rufite icyo rusobanura. Ikindi twagereranya no kubabarira ni igiti gifite amashami yera imbuto, buri shami rikagira icyo risobanura. Kubera izo mpamvu tugiye kurebera hamwe ibintu bigize kubabarira, cyangwa se amashami yo kubabarira.

Icya mbere, kubabarira ni uguhitamo kutabaraho umuntu icyaha yakugiriye: Ibi bivuga ko niba umuntu yambaye ishati y'umutuku yuzuyeho amaraso y'abantu yishe, ugomba kumubona nk'uwambaye ishati y'irindi bara. Uti ni gute nabona umwicanyi ruharwa nkamufata nk'umwere. Ni byo koko ntabwo uwo muntu ahinduka umwere kubera ko uhisemo kumubabarira. Niba uwo muntu atihannye ubwicanyi bwe, ntabwo ibara ry'ishati y'uwo muntu riba ryahindutse, ahubwo wowe umureba ugomba guhinduka kugirango ushobore kumubona ukundi.

Ibi bigusaba kwambara izindi ndorerwamo zitakozwe

n'abantu kugirango ubone uwo muntu nk'utagira icyo
akugomba, nubwo yakoze icyaha bwose. Izi ndorerwamo
ni zo Imana ihora yambaye iyo iturebye. Amaraso
y'Umwana w'Imana atuma Imana iturebana imbabzi kuko
igihano twagombaga guhanwa, Yesu yamaze kugihanwa
mu cyimbo cyacu. Ku bantu ibi biragoye, ndetse hari
n'uwavuga ko bidashoboka. Ariko nagirango nkubwire ko
kurebana umunyabyaha amaso y'imbabazi n'impuhwe
bishoboka, kandi nubigeraho uzaba wateye intambwe
ikomeye mu rugendo rwo kubabarira.

Icya kabiri, nkuko nigeze kubivugaho haruguru,
kubabarira ni uguharira umwenda umuntu uwukurimo. Iri
jambo rikunze gukoreshwa cyane cyane mu rurimi rw'i
Kirundi. Ni ukuvuga ko umuntu waguhemukiye aba
agomba kwishyura umwenda, cyangwa kuryozwa ibyo
yakoze. Guharira ni ukumurekera uwo mwenda,
ntuwumubareho ukundi.

Ni ukuvuga ko ufite uburenganzira bwo kwishyuza uwo
muntu. Ushatse wanamurega mu mategeko bakamuhana.
Ikibazo ni uko ubucamanza butarangiza ikibazo ufite mu
mutima, kuko niyo urukiko rwakatira uwo muntu igihano
cyo gupfa, niba utaramubabariye, uhora umufiteho
urubanza kugeza igihe apfiriye ndetse na nyuma yaho. Iyo
wemeye guharira umwenda uwo muntu, uba wiyemeje
kumurekera ibyo yagombaga kuryozwa. Ijambo guharira
bivuga kutaburana ibyo umuntu yagombye kuburana.

Nkuko twabivuze haruguru, hari gihe biba ngombwa
kubabarira umuntu ariko ukanamushyikiriza ubucamanza
bitewe n'uko ushaka kurwana ku buzima bw'abasigaye.
Kurega umuntu mu rukiko ntibivuga ko utamubabariye,

ariko na none kutamurega na byo ntibivuga ko wamubabariye, kuko kubabarira kuba mu mutima ntikurangizwa n'ubucamanza bw'inkiko zo mu isi. Ijambo ry'Imana riravuga ko nta wundi mwenda tugomba kugira ku bantu uretse kubakunda. Umwenda w'ubugome wagiriwe ugomba kwiturwa umwenda w'urukundo. Ibi na byo bidusaba imbaraga zidasanzwe.

Icya gatatu, kubabarira ni ugutura Imana umubabaro wawe n'agahinda kawe, ukizera ko izakurengera aho kugirango wowe wirwanirire. Iyo umuntu aguhemukiye asa n'ukugeretse umutwaro ku mutwe. Iyo wikoreye uwo mutwaro, ugenda uvuga uti, nzaruhuka ari uko nanjye mwituye inabi yangiriye. Gutura Imana uwo mutwaro ni ukuyereka agahinda kawe maze ukayisaba ko yakuruhura.

Yesu ashobora kugutura umutwaro wikoreye kuko ubwe yavuze ati: *"Mwese abarushye n'abaremerewe, nimuze munsange ndabaruhura. Mwemere kuba abagaragu banjye munyigireho, kuko ndi umugwaneza kandi noroheje mu mutima, namwe muzabona uburuhukiro mu mitima yanyu, kuko kunkorera kutaruhije, n'umutwaro wanjye utaremereye."* (Matayo 11: 28-30).

Imana izi akababaro kawe n'uwakaguteye. Ntabwo twemerewe kwihorera kuko Imana idusezeranya kuzaduhorera. Gushaka kwihorera ni ugutandukira, cyagwa se gushaka gukora akazi katari akacu. Ni nayo mpamvu Ijamabo ry'Imana ritubwira ngo *"Bakundwa ntimwihoranire ahubwo mureke Imana ihoreshe uburakari bwayo kuko byanditswe ngo 'Guhora ni ukwanjye, ni jye uzitura, ni ko Uwiteka avuga. Ahubwo umwanzi wawe nasonza umugaburire, nagira inyota umuhe icyo anywa, kuko nugira utyo uzaba umurunzeho amakara yaka ku mutwe. Ikibi cye kukunesha, ahubwo unesheshe ikibi icyiza.'"* (Abaroma 12:19).

Icya kane, kubabarira ni ukwibohora, ukabohora n'uwakubabaje. Igihe cyose ufite umuntu wakubabaje ku mutima, uwo muntu azakubera nk'itungo uragiye. Iyo umaze kubabarira, uba ubohoye uwo muntu ariko nawe ubwawe wibohoye. Imana ikunda abantu bayitura amaturo yabo babohotse mu mutima. Ntabwo wakwanga kubabarira mwene so ngo uze imbere y'Imana n'amaturo yawe.

"Nuko nujyana ituro ryawe ku gicaniro, ukahibukira mwene so ko afite icyo mupfa, usige ituro ryawe imbere y'igicaniro ubanze ugende wikiranure na mwene so, uhereko ugaruke uture ituro ryawe. "Wikiranure vuba n'ukurega mukiri mu nzira, ukurega ye kugushyikiriza umucamanza, umucamanza ataguha umusirikare akagushyira mu nzu y'imbohe. Ndakubwira ukuri yuko utazavamo rwose, keretse wishyuye umwenda wose hadasigaye ikuta na rimwe." (Matayo 5: 23-26)

Icya gatanu, kubabarira ni icyemezo wowe ubwawe ugomba gufata. Nta muntu wundi uzagufatira icyo cyemezo. Nkunze kugereranya kubabarira nko kwidumbura mu mazi magari. Amazi iyo akonje agutera ubute kuyajyamo bikaba ingorabahizi. Mu gihe cy'ubushyuhe najyaga njyana abana banjye kwoga ahantu twari dutuye, noneho twagerayo bo bagahita bidumbura mu mazi bagatangira kwoga.

Jyewe rero kuko ubusanzwe nitinyira amazi akonje, nabanzaga kujabikamo ibirenge ngo ndebe ko namenyera. Uko ibirenge byamaragamo umwanya ni ko nagendaga numva ubukonje bwo mu mazi bugabanuka buhoro buhoro, noneho nkaza kumanuka mu mazi maze gutinyuka. Ariko mu by'ukuri ubukonje bw'amazi si bwo bwagabanukaga ahubwo ni umubiri wanjye wabaga utangiye kumenyera ayo mazi.

Ibi hari ubwo byamfataga igihe kinini, abakobwa banjye bakaza bakambwira ngo nsimbuke rimwe gusa, nanjye nkababwira nti reka nongere ntegereze gato ndebe ko namenyera. Ubwo nkongera ngashyiramo amaguru, amazi akangera ku mavi. Uko namanukaga nsatira amazi, ni nako numvaga ubukonje, ariko uko igihe cyagendaga kigirayo ni ko nanjye nagendaga menyera. Rimwe na rimwe natekerezaga uburyo umubiri wanjye ugiye gusabwa n'ubwo bukonje, ibyo kwoga bikamvamo, nkabwira abana nti ntabwo noga uyu munsi, ndabategereza murangize ubundi dutahe.

Iyo ubanje kwumva ubukonje bw'amazi ugategereza igihe kinini ko umubiri wawe uzamenyera ubukonje, ushobora gutaha utoze. Igihe kimwe nakomeje kwitegereza abo bana, baza kunyigisha isomo rikomeye cyane. Nabonye ukuntu abana baza bagasimbuka rimwe gusa, maze ndavuga nti ibi byo kwicara ngategereza ko amazi ashyuha ni ubugwari. Ngiye gufata icyemezo cyo gusimbuka. Nabikoze rimwe biremera, ndongera mbikora kabiri mbona birakunze.

Ariko igihe cyose najyaga gusimbuka, nabifataga nk'aho niyemeje kubabarira umuntu. Kubabarira ni icyemezo ugomba gufata wabigambiriye kandi wabisengeye. Umwanzi azakwereka impamvu nyinshi ugomba kuba uretse kubabarira. Ariko niwumva ayo majwi, ntabwo uzigera usimbuka. Simbuka! Humura, ntacyo uzaba. Kubabarira ntawe byishe ahubwo birakiza.

Kubabarira ni ukwiyemeza ugasimbuka, ukagwa mu mugezi w'urukundo. Nutangira kwoga urwo ruzi uzumva ukonje nk'umuntu wese ucyitura mu mazi agitangira kwoga. Ariko numara akanya gato gusa, kwoga bizakuryohera, amazi yari ubutita, azatangira kukubera akazuyazi, ndetse wumve ushatse kwigumira muri ya mazi. Kwoga uzabishobora kuko uzasangamo umugabo wazobereye mu kwoga mu ruzi rw'urukundo, ari we Kristo.

Kristo azagufata agushyire ku mugongo, maze wa mutwaro wari wikoreye awujugunye imuhengeri. Ubukonje bw'amazi azabuhindura mu kanya gato, maze wibagirwe gutinya imbeho. Icyo ukeneye ni ukwiyemeza ugasimbuka. Kandi humura ntuzarohama kuko hari ibyiringiro mu Mana.

Icya gatandatu, kubabarira ni inzira. Kubabarira ni urugendo. Bamwe bafata igihe kinini muri urwo rugendo, abandi barugenda igihe gito bitewe n'ibyo bahuye na byo mu buzima. Hari n'abandi bibwira ko bidashoboka, bigatuma batirirwa bagerageza no gutangira urwo rugendo. Kubabarira birakomeye, ariko birashoboka. Ni inzira iruhije, ariko kandi ni inzira nyabagendwa. Urwo rugendo rujya ruba rugufi kuri bamwe, ku bandi rukamara imyaka. Niba wararutangiye, ukomeze umuvuduko kandi ntusubire inyuma.

Ukomeze kugenda muri urwo rugendo utareba uwo wababariye, ahubwo ureba ku musaraba. Buri rugendo rugira intumbero. Kubabarira umuntu si ukumuhozaho amaso ugaruka ku bibi yakoze, kuko n'umutumbira uzamuhitana. Ibyo yakoze si byo gutuma abaho, ariko impamvu agomba kubaho ni uko Kristo yamupfiriye. Iyo ni yo mpamvu nawe uriho, ni uko Kristo yagupfiriye. Komeza urugendo watangiye, ugende uhanga amaso Kristo.

Icya karindwi, kubabarira ni ubushake. Kubabarira ntabwo ari ikintu wakora ku gahato, kuko iyo bibaye ku gahato ntabwo imbabazi utanga zigira imizi. Zisohoka mu kanwa ariko zagera hanze zikuma mu kanya gato, ugatangira kuvuga ngo "naramubabariye ariko". Nuhitamo kutababarira uzakomeza kubabara, kandi nubabara ubuzima bwawe bwose nta kiza kizavamo uretse urupfu. Ububabare iyo bukomeje bwica umuntu mu buryo bwinshi.

Babarira, ukomeze kwiberaho aho gupfa ukenyutse kandi wari ufite byinshi byo gukora mu buzima. Kutababarira biguthesha igihe wagombye gukora akazi kawe, kuko iyo utababariye, hari ingufu umwanzi akunyunyuzamo kugeza upfuye. Ariko iyo uhisemo kubabarira, izo ngufu urazibika. Ugomba guhitamo gufata icyemezo cyo gutakaza ingufu zawe mu nzika cyangwa se kuzigama izo ngufu ukazikoresha indi mirimo y'urukundo.

Ijambo "kubabarira" iyo urisesenguye mu Kinyarwanda usanga harimo akajambo kubabara. Iyo nyuguti yanyuma muri iryo jambo, ari yo "a" uyihanaguye ukongeraho "ira", ijambo rihinduka kababar-ira, bivuga kubabara mu cyimbo cy'undi muntu. Ni ukuvuga ko mu by'ukuri uwaguhemukiye yagombye kuba ari we ubabazwa kubera ibyo yakoze. Yagombye kubyishyura. Ariko uhitamo kubabara mu cyimbo cye kubera ko wemeye kumuharira uwo mwenda.

Mu rurimi rw'Ikigiriki, ijambo Kubabarira cyangwa "afesis" risobanura kubohora nkuko waba wari uziritse itungo ahantu, ukarizitura; cyangwa kurekura ikintu wari ufashe mpiri nkuko wafata inyoni, warangiza, ukayirekura ngo yigendere. Kubohora cyangwa kurekura ni ko kubabarira kwuzuye. Imbabazi Imana yatugiriye zatumye tubohoka, tuva muri gereza twari twarafungiwemo n'umwanzi Satani.

Yesu yagombye kwishyura indishyi y'agaciro kanini kugirango tuve muri iyo nzu y'imbohe. Kubera iyo mpamvu, ashaka ko imbabazi yatugiriye natwe tuzigirira abandi. Adusaba gutanga imbabazi zuzuye, tukabohora cyangwa tukarekura abatugiriye nabi. Nta ndishyi babona bashobora kutwishyura nkuko natwe nta ndishyi twashoboraga kwishyura Kristo. Ni yo mpamvu natwe tugomba guharira imyenda abayiturimo.

Nubwo navuze ko kubabarira bishoboka, ntabwo ari ibintu byoroshye ku bantu benshi. Kamere muntu uko iteye, ni kamere yitura inabi uwayikugiriye. Iyo kamere dusanga ko n'abantu benshi mu Isezerano rya Kera bari bayifite. Ariko ni kamere yazanywe n'icyaha, ntabwo ari kamere y'Imana. Kubabarira ni ugukunda abakwanga, ukitura ineza abakugiriye inabi.

29

Igihe kimwe Yesu yigisha abantu benshi yicaye ku musozi yarababwiye ati: "Mwumvise ko byavuzwe ngo ukunde mugenzi wawe, wange umwanzi wawe <u>ariko jyeweho ndababwira</u> nti, *"Mukunde abanzi banyu, musabire ababarenganya, ni bwo muzaba abana ba So wo mu ijuru, kuko ategeka izuba rye kurasira ababi n'abeza, kandi abakiranuka n'abakiranirwa abavubira imvura. Nimukunda ababakunda gusa, muzahembwa iki? Mbese abakoresha b'ikoro na bo ntibagira batyo? Nimuramutsa benewanyu bonyine, abandi mubarusha iki? mbese abapagani na bo ntibagira batyo? Namwe mube mukiranutse nkuko So wo mu ijuru akiranuka."* (Matayo 5: 43-48)

III. Naramubabariye…. Ariko

Rimwe na rimwe hari ubwo usaba umuntu imbabazi akakubwira ngo ndakubabariye, ariko warambabaje. Ndakubabariye ariko nawe warakabije. Ubundi ukumva umuntu aravuga ati, naramubabariye ariko yarampemukiye. Naramubabariye ariko sinshaka umuntu unsuzugura bene aka kageni… naramubabariye ariko. Iyi ariko irasa nko kubabarira umuntu ariko warangiza ukanamukubita urushyi. Ni ukubabarira ariko ukanamuryoza ibyo yakoze. Ni ukubabarira ariko ukanamwishyuza ibyo yakunyaze. Ni ukumubabarira ariko ukagerekaho undi mutwaro.

Ijambo "ariko" ni ijambo rigaragaza ibintu binyuranye n'ibyo umaze gukora. Iyo iri jambo rikoreshwa mu mvugo y'uwitwa ngo yarababariye, akenshi na kenshi aba yaratanze igice cy'imbabazi asigaje ikindi. Iyo umuntu

30

atanze igice cy'imbabazi aba atarabohoka neza ku muntu wamugiriye nabi. Iyo ushaka kurandura igiti kibi mu murima wawe ukirandurana n'imizi yacyo, kuko iyo iyo mizi isigaye mu butaka, igiti kirongera kikamera. Uburakari burongera bukagaruka, bugakura hanyuma bukavamo inzika, inzika nayo ikabyara urwango, urwango rukazavamo kwihorera. Iyo utemye igiti abantu babona ko wagitemye, ariko imizi yacyo ntawe uyibona, uretse wowe ibwawe n'Imana.

Kubabarira ni ukurandurana igiti n'imizi yacyo. Ntabwo watema igiti cyonona umurima wawe hanyuma wongereho ngo, "*ariko* imizi ndaba nyiretse". Simbivugira kuguciraho iteka niba ujya ukoresha iri jambo ku muntu uvuga ko wababariye. Ntucike intege kuko kubabarira ntibikorwa mu isegonda imwe.

Ndetse uzitondere umuntu ukosereza agahita akubwira ngo arakubabariye. Hari uwabivuga abivanye ku mutima ariko hari n'uwihutira kubivuga biri ku munwa gusa, kandi mu mutima akikurakariye, ndetse yanakwica abonye uburyo. Kubabarira ni ugutura umutwaro wose, ukavanaho n'ingata. Niba waratangiye iyo nzira, usabe Imana imbaraga zo kugirango ubabarire burundu.

IV. Imbaraga zo Kwatura no Guhamya

Guhamya ni ukuvuga weruye ikintu wahagazeho, cyangwa ikintu wemera kikuri ku mutima. Ni ukumenyesha rubanda icyemezo wamaze gufata. Akenshi Abanyarwanda dukunze kugira ibintu byose amabanga, byaba byiza cyangwa bibi. Akenshi usanga umuntu yirinda kubimenyesha abandi avuga ati, ntacyo bibarebaho.

Iyo Bibiliya ivuga kwatura, akenshi iba ivuga kuvuga weruye ibyaha byawe ko ubyihannye, cyangwa ubisabiye imbabazi ku mugaragaro. Ntabwo kwatura ari ukurangiza umuhango, ahubwo ni ugushimangira igikorwa cyo mu mutima. Uwatura ibyaha bye akabireka, azakizwa (1 Yohana 1:9).

Twaturira Imana, ndetse tukaturira na bagenzi bacu. Kera mu bihe by'ububyutse bwabaye mu Rwanda, abarokore b'icyo gihe bagiye barangwa n'agahinda k'ibyaha gakurikirwa no kwihana, kwihana nako kugaherekezwa no kwatura mu ruhame. Wabaga wicaye mu iteraniro ukumva umugabo w'igikwerere wiyubashye arahagurutse aravuze ati, "Imana imbabarire icyaha cy'ubuhehesi". Waba wicaye usengana n'abantu ukumva umuntu asabye Imana imbabazi ku cyaha cy'irari ry'ubusambanyi n'ibindi. Mu minsi ya none, kugirango uzumve umuntu atinyuka kuvuga aya magambo biragoye. Hari abantu bahitamo gupfa aho kugirango bavuge ibibi bakoze babisabire n'imbabazi.

Ijambo "guhamya" rikoreshwa kuvuga weruye ku cyaha runaka wanesheje. Niba warababariye umuntu waguhemukiye, ni byiza guhamya izo mbabazi. Ushobora guhamya ubwira umuntu wababariye ko wamuhaye imbabazi, mu gihe wumva yabyakira neza kandi nta ngaruka zindi byatera. Hano bidusaba kwitonda kuko ushobora kubwira umuntu ko wamubabariye ataragusabye imbabazi ukaba ubyukije ibindi bibazo bitari ngombwa.

Uko biri kose, imbabazi watanze ntabwo ugomba kuzigira ibanga kuko nuzihisha, umwanzi azakugwa gitumo yibe za mbabazi.

Kwatura no guhamya ko wababariye ni ugukoza Sekibi isoni. Iyo watuye ibyaha ukabyihana, uba umennye amabanga ye, bigasa no kumukubita intosho mu mutwe. Kera nari mfite nyogokuru wari utuye ahantu bitaga ku Kabacuzi. Noneho mubyara wanjye witwaga Rutayisire afatanje n'abandi bakristo baza kumubwiriza ubutumwa bwiza. Agiye kwihana ntabwo yabigize ibanga. Yaragiye asohora ibintu yaterekezaga birimo uducuma n'utubindi babimenagura ku manywa y'ihangu. Igihe cye cyo kubatizwa kigeze, nabwo yabikoreye ku Karubanda, mu kabande k'ahitwa i Murambi, bamubatiza izuba riva.

Mu gihe cyo gusezera kuri iy'isi, yagiye nk'usinziriye. Umukobwa we witwaga Viviyana wari umurwaje yamubajije uko yumva ameze, maze undi agiye kumusubiza, aramubwira ati, ndabona abera ba Yesu bambaye imyenda yera. Nyuma y'ayo magambo nta gihe kinini yamaze, yasezeye ku mirimo yo ku isi, yambuka umugezi witwa urupfu, asanga uwamubambiwe. Iyo numvise ubwo buhamya njya nifuza ngo Imana nanjye imfashe nzagire iherezo ryiza nk'iry'uwo mukecuru. Kwatura ibyaha no guhamya habamo imbaraga zidasanzwe, kandi bidufasha kurangiza neza urugendo.

Kwatura ntibivuga ko ubaye Marayika. Nta nubwo bivuga ko uvuye mu isi wimukiye mu ijuru. Ahubwo bivuga icyemezo wafashe n'inzira wiyemeje kuyoboka. Muri iyi nzira uzabeshwaho n'ubuntu bwa Kristo gusa.

Wakijijwe n'ubuntu ku bwo kwizera, ntabwo ari ku bw'imirimo myiza wabanje gukora. Ubwo buntu ni nabwo buzagukomeza kandi buzagushoboza gukora imirimo myiza Kristo yaguteguriye (Abefeso 2: 8-10). Ni ngombwa guhora uzirikana ko Imana ari yo yakumenye utarayimenya, ikaguhamagara ku bw' ubuntu n'impuhwe yakugiriye. Iyo wibutse iryo hame, bituma nta soni na nke ugira, uretse iz'ibyaha byawe.

"Igihe wavukaga ntibakugenye, ntibakuhagiye ngo bagusukure, ntibagukunyuje umunyu kandi ntibagufubitse. Nta muntu wigeze akwitaho kandi nta wakugiriye impuhwe ngo agusukure, ahubwo bakujugunye ku gasozi kuko igihe wavukaga wari uteye ishozi. Nanyuze hafi yawe nsanga wigaragura mu maraso yawe, nyamara nubwo wayigaraguragamo narakubwiye nti: "Baho." Nagukujije nk'igiti cyo mu gasozi urakura, uragimbuka uba inkumi nziza cyane, upfundura amabere, imisatsi yawe irakura, nyamara wari wambaye ubusa. Hanyuma nongeye kunyura hafi yawe mbona ugeze igihe cyo kubengukwa, ndambura igishura cyanjye mpisha ubwambure bwawe. Nagiranye Isezerano nawe nkurahira ko ntazaguhemukira, bityo uba uwanjye. Uko ni ko Nyagasani Uhoraho avuze. Narakuhagiye ngukuraho amaraso maze ngusiga amavuta. Nakwambitse imyambaro itatse n'inkweto z'uruhu runoze, ngukenyeza umukandara w'umweru ngutwikira igishura cyiza. Narakurimbishije nkwambika ibikomo ku maboko n'urunigi mu ijosi." (Ezekiyeli 16:4-11, Bibiliya jambo ry'Imana) ..... *"Ariko wiringiye ubwiza bwawe maze usambana ubitewe no kogezwa kwawe, ubusambanyi bwawe ubuha abahisi bose uba uwabo."* (Ezekiel 16:15)

Kwibuka no kuzirikana aho Imana yagukuye, bizagufasha kurebana abandi bantu amaso y'imbabazi. Niba warashoboye kubabarira uwaguhemukiye, wabishoboye kuko nawe Imana yakubabariye. Kugirango uko kubabarira kwawe gushinge imizi, ni ngombwa ko uhamiriza bagenzi bawe. Ibi ntabwo bigusaba kugenda ubwira abantu bose ibyo wapfaga na runaka, kuko atari buri wese ukeneye kumenya ibyo mwapfaga.

V. Uburyo Butandatu bwo Kwatura no Guhamya:

Ushobora guhamya ko wababariye mu buryo butandukanye:

1. Uburyo bwa mbere bw'ingenzi ushobora guhamya wandikira Imana ibarwa yo gutanga imbabazi: Iyi barwa si ngombwa kuyoherereza nyirayo cyangwa ngo uyitangaze mu kinyamakuru runaka. Muri iyo barwa banza winigure uvuge agahinda wagize kubera ibyakubayeho. Kuvuga agahinda kawe ukereka Imana unayiriria havamo gukira ibikomere. Ni ngombwa kwemera ko wababaye byaba ngombwa ukanarira imbere y'Imana.

Kurizwa n'ibyakubayeho ntabwo bivuga ko utababariye. Dawidi yaravuze ngo *Imana ibara kurorongotana kwe, ishyira amarira ye mu icupa* (Zaburi 56). Nawe ereka Imana amarira yawe muri iyo barwa. Nurangiza wiyibutse uburyo Imana yagukunze uri mubi, ntigucireho iteka wari ukwiriye. Nubwo uwaguhemukiye nta cyo wamutwaye, ariko nawe wisuzumye neza wasanga warakomerekeje abandi, abo uzi cyangwa utazi. Ibuka ko Yesu ari ku musaraba yagupfiriye agapfira na wa wundi wita umwanzi wawe. Ikindi ugomba guhora uzirikana mu kubabarira ni ukwibuka ko uwaguhemukiye mu by'ukuri atari we mwanzi wawe, ahubwo ko umwanzi wawe ari Satani wamuteye gukora ibyo yakoze.

Kumenya ibyo bizagufasha kugirira uwo muntu impuhwe no kumureba nk'umuntu washutswe aho kumureba nk'umugome. Aho guhanga amaso ku bubi bwa wa muntu waguhemukiye, ibuka ko nawe utari mwiza. We kwiciraho iteka nawe ngo wiyange, ahubwo wibuke ko Imana igukunda kandi igufitiye imigambi myiza. Ibuka ko iyo Mana igukunda, ari nayo ikunda uwaguhemukiye. Niba ushaka kuba inshuti y'Imana, biragusaba kubabarira uwo muntu. Niwumva bikugoye, andikira Imana uyisabe imbaraga. Andikira Imana uyisabe ubwenge, kandi wizere ko Imana yumva kandi igororera abashaka kubabarira.

2. Ubundi buryo bwa kabiri bw'ingenzi ushobora gukoresha watura cyangwa uhamya ni uburyo bw'indirimbo: Ntabwo twese twavukanye ubuhanzi bwo kuririmba, ariko iyo ndirimbo uzayumva mu mutima wawe mbere yuko uyisohora mu kanwa: Niba warababariye, tangira ubiririmbe. Tangirira ku rukundo rw'Imana kuko Imana ni yo nkomoko yo kubabarira. Twebwe abantu nta mbuto yo kubabarira twari kugira iyo tutaza kumenya Imana.

Iyo Imana itaza kuba umucamanza, ikaba ari twe ishinga gukora uwo murimo, twari kwica abantu

36

tukabamaraho kubera ibyo badukoreye. Ririmba ko guhora
ari ukw'Imana atari ukwawe. Ririmba ko nta mwenda wose
tugomba kugira uretse umwenda w'urukundo. Ririmba ko
wabonye umukunzi wawe wagukunze utamuzi,
akagufatisha umugozi, ari we rukundo rwe.

Ririmba ko mu kumenya uwo mukunzi wawe,
wasobanukiwe umwanzi wawe uwo ari we n'uburyo akora.
Ririmba ko Imana yaguhishuriye uwo uri we muri Kristo,
ikakurondora, yarangiza ikakurehereza kwihana. Ririmba
ko wakijijwe n'ubuntu kubwo kwizera, bitavuye ku mirimo
myiza wakoze. Ririmba ko ubwo buntu n'imbabazi Imana
yakugiriye nawe yaguhamagariye kubigirira abandi.
Ririmba wongere uririmbe. Ririmba ushima kuko mu
kwatura no gushima harimo imbaraga zidasanzwe.

**3. Uburyo bwa gatatu wakoresha ni uburyo bwo
gusenga**: Niba utaragera ku rugero cyangwa ukiri mu
rugendo rugana kubabarira, nabwo Imana ishimwe! Niba
ufite ubushake nabwo uririmbe usaba. Saba Imana
ikwiyereke mu buryo budasanzwe, igufungure amaso
y'umutima umenye ko Imana ari urukundo. Imana yanga
icyaha, Imana ntiyishimiye ibibi bagukoreye, ariko Imana
ikunda abanyabyaha. Imana ni inyembabazi, itinda
kurakara kandi ntabwo itugirira ibihwanye n'ububi bwacu.
*Imana ni yo ibabarira ibyo wakiraniwe byose, igakiza
indwara zawe zose* (Zaburi 103:3).

Saba Imana ikurondore, yerekane uko uri kose kuko
ushobora kuba wifata uko utari. Yireke irondore umutima
wawe mu bwihisho bwawo. Yireke ikuvugutire kandi
igucure … (Indirimbo 38 mu gitabo cy'Indirimbo zo

gushimisha Imana. Saba Imana iguhishurire umwanzi wawe uwo ari we n'uburyo akora. Nurangiza uyisabe iguhe umutima w'imbabazi n'impuhwe ku muntu waguhemukiye.

Vuga uti: "na we ntabwo ari we, ibyo yakoze yabikoranye ubujiji n'ubuswa. Ntabwo nshyigikiye amakosa ye, nta nubwo nshimishijwe n'uburyo yanshebeje, akangira imfubyi, cyangwa akamvanisha ku kazi, akangira impunzi, ariko kubera ko Imana yambabariye nanjye mpisemo kumubabarira. Kuberako nzi neza ko ari Satani wamushutse, mfashe icyemezo cyo kumubohora".

Byature usenga, ubyature mu ndiriimbo, ubyature wandika, ubyature ugenda mu nzira. Nubikora gutyo ntaho Satani azabona amenera aguteza inzika n'urwango. Bikore! Witegereza kurangiza gusoma iki gitabo. Shaka umwanya wiherere, ubwire Imana ikiri ku mutima. Koresha uburyo bushoboka bwose ubwire Imana na rubanda ko wahisemo kubabarira.

Ni urugendo rushobora kuba rugufi kuri bamwe cyangwa rukaba rurerure ku bandi, ariko icya ngombwa ntabwo ari igihe urumazemo, icya ngombwa ni icyemezo ufata uyu munsi cyo kuvuga uti, niyemeje gutangira, ndaje Mana mfasha. Niba utanemera Imana y'Abarokore, senga uvuge uti, Mana niba uriho ngwino unyiyereke, umpe inema yo kubabarira. Iyo ni intangiriro yo gushaka Imana, kandi Imana izumva iryo sengesho.

38

4. Uburyo bwa kane wakwatura ni ukwandika igisigo

igisigo: Na none ndabizi ko iyi mpano atari iya bose. Abashoboye kwandika ibisigo, iyo bakoze mu nganzo yabo, burya hari icyo iyo nganzo isiga ku mitima yabo, ndetse ikagisiga no ku mitima y'abandi babateze amatwi. Jyewe ntabwo ndi umusizi, ariko ku bafite iyo mpano bagashaka kwatura basaba imbabazi cyangwa bahamya imbabazi bagiriye abandi byabafasha kandi bikubaka n'abandi.

Guhamya ni ugutangaza, ukabwira Imana ikiri ku mutima wawe, ukabwira n'abantu icyemezo wafashe n'icyerekezo uganamo. Mu gihe cy'amajyambere tugezemo, ushobora guhamya ko wababariye ukanabyandika kuri telefone igendanwa, maze wayikubitaho akajisho, ikakwibutsa ko wababariye. Mose yajyaga abwira Abisirayeli ngo amategeko y'Imana bayandike ku nkomanizo z'imiryango yabo. Izo nkomanizo yavugaga nazigereranya na telefoni zigendanwa mu bihe tugezemo.

Ntabwo mpamya ko kugendana ibyapa biriho imirongo ya Bibiliya ari byo bigaragaza ubukristo, ariko icyo nshaka kuvuga ni uko guhamya kubabarira bivuye ku mutima harimo imbaraga kuruta kubigira ibanga. Mbere na mbere tugomba kugendana izo mbabazi mu mitima yacu kuko ari ho Imana ireba, ariko niba wumva byagufasha kwandika umurongo ujyanye no kubabarira, ukawugendana mu isakoshi cyangwa mu modoka yawe, nakubwira iki.

Kwatura kubabarira bizagufasha gushikama ku mbabazi watanze. Ushobora kwibwira ko wababariye umuntu, ariko iyo wanze kubyatuza akanwa kawe, mushobora guhura ugasanga waribeshye ukimufitiye akantu. Atura kandi utange ubuhamya wandika, atura uririmba, atura usenga, atura ubwira itorero, atura ubwira inshuti zawe za hafi wizeye, atura usoma Zaburi cyangwa uririmba ibihimbano by'Umwuka.

5. Uburyo bwa gatanu bwo kwatura ni ukubikora ushushanya: Iyo utarababarira umuntu, ishusho ye iguhora mu mutwe. Kugirango uvane iyo shusho mu mutwe wawe, bigusaba kwicara hasi ugafata urupapuro n'ikaramu ugatangira ugashushanya uwo muntu. Ibi ntibigusaba kuba umuhanga mu gushushanya. Shushanya uko ubishoboye nurangiza wandike amakosa umurega kandi kuri buri kosa wandike ko urimubabariye. Inyuma y'urwo rupapuro nawe ishushanye, wandike imirimo ya kamere uhora urwana na yo uzi neza ko yakunaniye (Abagalatiya 5:19).

Andika amakosa yawe, nurangiza wibababarire kandi usabe Imana na yo ikubabarire. Nubikora mu kuri utabeshya, ushobora gusanga amakosa yawe angana cyangwa aruta aya wa muntu washinjaga ubugome. Nurangiza ufate rwa rupapuro urujyane ku musaraba ni ukuvuga imbere y'Imana ubwire Imana ko wiyemeje kubabarira buri kosa kuko nawe yakubabariye. Nurangiza ufate rwa rupapuro ruriho ibyo urega wa muntu urucagagure cyangwa urutwike kuko n' Imana na yo idahora isoma ibyaha byawe. Imbabazi zayo ni zo zituma tudashiraho.

6. Uburyo bwa gatandatu ni ukwaturira mugenzi wawe: *Mujye mubwirana ibyaha byanyu kandi musabirane, kugira ngo mukire indwara. Isengesho ry'umuntu w'intungane rigira ububasha, kandi Imana irikoresha umurimo wayo (Yakobo 5:16). "Uhishira ibyaha bye ntazagubwa neza, nyamara ubyihana agahindura imigenzereze ye azababarirwa" (Imigani 28:13).*

"Niba tuvuga ko nta cyaha dufite tuba twishuka kandi nta kuri tuba dufite. Nyamara nitwemera ko twakoze ibyaha, Imana yo ni indahemuka n'intabera, ku buryo itubabarira ibyaha byacu kandi ikatweza, ikatumaraho ikibi cyose. Niba tuvuga ko tutigeze dukora icyaha, tuba twise Imana umunyabinyoma kandi nta jambo ryayo riba riturangwamo" (1 Yohana 1: 8 -10; Bibiliya Ijambo ry'Imana).

Kwaturirana ibyaha bidukiza indwara, biduhesha kubabarirwa ibyaha byacu, kuko Imana yacu ni iyo kwizerwa. Nta cyaha na kimwe itababarira. *"Nimuze tujye inama", ni ko Uwiteka avuga, "Naho ibyaha byanyu byatukura nk'umuhemba birahinduka umweru bise na shelegi, naho byatukura tukutuku birahinduka nk'ubwoya bw'intama bwera. Nimwemera mukumvira muzarya ibyiza byo mu gihugu* (Yesaya 1:18-19; Bibiliya Yera).

VI. Umurimo Imana Yakoze i Mangochi

Nkunze kugenda mu bihugu bya Afrika buri mwaka kubera umurimo Imana yaduhaye kuhakora mu guhugura abakozi b'Imana no kubashyigikira cyane cyane mu murimo w'ivugabutumwa. Mu mwaka wa 2014 niyumvisemo ku tugomba kwigisha kw'ijambo ryitwa kubabarira. Ubwo twahagurutse turi abantu batatu dukunze kujyana muri uwo murimo.

Uko twari batatu, (ndatekereza ko) nta n'umwe muri twe wari ufite impamyabushobozi yo kubabarira. Twagiye mu kwizera, kandi twigiye byinshi muri urwo rugendo. Nahagurutse ngiye kwigisha ariko maze kuhagera mba ari jye uhinduka umwigishwa w'abo nagiye kwigisha. Yesu yarabivuze neza ati, umwigisha ntaruta umwigishwa.

Ntabwo nzibagirwa ijoro rimwe turi ahantu hitwa Mangochi. Twahamaze iminsi igera kuri ine twiga ijambo ry'Imana. Ijoro rya mbere twatangiye duhimbaza Imana nk'uko twabikoraga n'ayandi majoro yakurikiyeho. Noneho mu gusoza inyigisho tuza kubaza niba hari umuntu wumva hari icyo Imana yakoze ku mutima we ku bijyanye n'inyigisho zo kubabarira twari tumaze iminsi twumva. Icyo gihe Imana yakoze ku mitima ya benshi batangira kwatura no gushima Imana ku bwo umurimo wo kubabarira Umwuka Wera yari yakoze mu mitima yabo.

Umusaza Pawulo yarahagurutse atubwira ukuntu ababyeyi be bishwe babaziza ubwoko bwabo. Abantu bishe ababyeyi be ni na bo bashakaga kumukurikirana ngo bamwice nyuma y'imyaka igera kuri 50 bishe se. Ibyo bimutera guhunga. Nyuma yo kwumva inyigisho zo kubabarira, yatubwiye ko yababariye abo bantu.

Undi mugabo witwa Niyonzima wari ugeze mu kigero cy'imyaka 60 yaratwinginze ngo dusengere itorero rye ku kibazo kijyanye no kubabarira. Yaratubwiye ati, nk'ubu aya mahugurwa twajemo twari twatumiyemo undi mugenzi wanjye, ariko yumvise ko hari umuntu batumvikana wayitabiriye bituma ayasiba.

Mu gihe akirangiza kuvuga Nsabiyumva aba arahagurutse ati, maze imyaka myinshi ndwana n'ikintu kitwa kubabarira. Mu intambara yaratotejwe kubera guhisha abantu baturuka mu bundi bwoko. Noneho hashize igihe, aho kugirango yiturwe ineza yagize, aza gushyirwa mu munyururu arafungwa, atotezwa birenze urugero, arakubitwa ku buryo byamuviriyemo ubumuga bukomeye, ariko avuga ko yarenganaga.

Mu gihe yari ari muri gereza yahindutse ikimuga, umugore we aramusanga, aramubwira ati, nyamara wari ukwiriye kubabarira abantu baguhemukiye. Umugabo ntiyabyitaho kuko yumvaga bimugoye kubabarira. Nyuma yaje gufungurwa ajya mu kindi gihugu, ariko aho agereyeyo, Umwuka w'Imana ukomeza kumukomanga ku mutima umwibutsa ko agomba kubabarira abamugiriye nabi. Igihe kimwe Imana yajyaga imugenderera mu nzozi ikamwibutsa ko agomba kubabarira ariko bigenda bimugora.

Nyuma y'inyigisho zacu yumvise ko atagomba gukomeza kugendana ibikomere mu mutima, arapfukama tumusengera Imana. Uwo akirangiza, umugabo Sarudi yarahagurutse aravuga ati, kugeza uyu munsi numvaga nanze igihugu cy'abaturanyi b'Abatanzaniya. Ariko uyu munsi niyemeje kubabohora mu Izina rya Yesu. Umugabo witwa Samusoni wari ufite abana 10 yakomeje atubwira ko yababariye abantu bishe ababyeyi be mu gihe yari afite imyaka 14.

Mu nkambi y' impunzi yitwa Dzaleka buri mpunzi bayihaga ikiro kimwe cy'ibishyimbo buri kwezi. Kugirango ashobore gutunga abana be batandatu, umugabo witwa Nshimyumuremyi, yasanze umwenegihugu wari ufite ubutaka bunini hafi y'inkambi amusaba ko amwatira agace gato ko kujya ahingamo utuboga. Uwo mwenegihugu amwemerera hegitari imwe yagaragaraga ko yari ihagije ukurikije ubukene yari afite. Uwo mwenegihugu asaba Nshimyumuremyi kumuha amakwaca ibihumbi cumi (Amakwaca ni amafaranga yo muri Malawi).

Icyo gihe yari hafi nk'amadollari 20. Ayo makwacha yagombaga guhembwa abazahinga umurima yamwatiye. Nshimyumuremyi ashaka amakwaca 10,000 ayaha nyir'ukumwatira. Hashize amezi abiri, Nshimyumuremyi abaza nyirukumwatira niba yarabonye abahinzi bo kumuhingira, undi ati, amakwaca wampaye ni make, ugomba kwongeraho andi ibihumbi bibiri. Ubwo undi arayashaka ayongeraho arategereza.

Hagati aho igihe cy'imvura kiba kirageze, kirinda gishira undi agitegereje. Uwo mugabo nyir'umurima ntiyagira abantu ashaka bo guhinga, ntiyagira n'amafaranga amusubiza. Mu gihe yazaga mu materaniro yacu, Nshimyumuremyi yari afite umugambi wo kujya kurega uwo muntu wamwambuye mu rukiko, ariko amaze kumva inyigisho zo kubabarira, yiyemeza kubabarira uwo mwambuzi.

Muri iryo joro, Imana yakoze ku mitima y'abantu benshi ku buryo abantu benshi wumvaga bavuga babohotse mu mutima, turangije haza abantu hafi icumi barapfukama dusenga Imana. Imana yabohoye abantu benshi ku buryo mu mwaka wakurikiyeho, twahuye n'umugabo aratubwira ati, sinzibagirwa inyigisho mwatwigishije. Akomeza agira ati, abantu tutakoranaga umurimo mu itorero, ubu dusigaye dukorana. Abatari umwe ubu babaye umwe kubera ko imbabazi zabonetse.

VII. Inkuru ya Mbonimana: "Jyeweho ntibanyiciye gusa, ahubwo nanjye baranyishe nanga kuvaho".

Nyuma y'amateraniro naje guhitira mu rugo rw'undi mukristo witwa Mbonimana mutekerereza ibihe twagize, n'uburyo Imana yagendereye abantu batari bake ikabaha kwatura no kubabarira. Agiye kunsubiza, atangira kumbwira inkuru ze ahereye ku buzima bwe akiri muto. Arambwira ati:

"Navukiye mu muryango munini w'abana 10, abakobwa batanu, n'abahungu batanu. Ababyeyi banjye bari abakristo babarizwa mu idini ry'abangilikani. Ntabwo nashoboye kugira amahirwe yo kwiga, ariko

Serugwiro ari we Data umbyara, yanyigishije urukundo, rumbera ishuri. Nkuko wigeze kutubwiriza igihe kimwe, umuntu aho ava akagera amenywa mu buryo butatu.

Data na we, hari uburyo abantu bari bamuzi, hari uburyo we ubwe yari yiyizi akaba yakwivuga (dore ko ngo yakundaga kwivuga), hakaba n'uburyo Imana yamuremye yari imuzi. Uko biri kose, Data yabanaga n'abantu bose kandi adutoza kubana nta vangura.

Kuko jye ntari naragize amahirwe yo kwiga nk'abandi bana, byabaye ngombwa ko ndagira inka za data, dore ko yari afite ubushyo. Iwacu wasangaga hateraniye abantu baturutse imihanda yose. Barateranaga bagahinga, bagahura, bagatonora, bagatarama, abashaka bakarara, abatabishoboye bagataha. Kuva navuka, nubwo nta muntu utagira umwanzi, nta muntu nigeze numva avuga umuryango wa Serugwiro nabi.

Mu gihe nari maze kwuzuza imyaka makumyabiri, ndi hafi kurushinga, intambara iba irateye. Ibyo byabaye nk'ikirere cyihindurije. Umwe mu bakozi bahingiraga Data kera, yaraje aratuburira ati, muri Komini duhana imbibi intambara yamaze abantu, kandi ntawo mu bwoko bwanyu basiga. Baragenda bica igiti n'isazi, umwana, umusaza, umukecuru, umubyeyi utwite, nta kurobanura. Nuko abo twari kumwe bati, ibyo bibaye kwa Serugwiro ubanza imperuka y'isi yaba yageze.

Ntibyateye kabiri, nagiye kubona mbona igitero giturutse k'Uwinyoni. Abenshi bari abagabo bavanze n'abasore bitwaje imipanga n'ubuhiri, maze nihisha mu

Kiraro cy'inka, mbonye nta buhungiro nca mu cyanzu cy'urugo inka zararagamo, njya ku muturanyi witwaga Serugendo. Ndungurutse mu idirishya mbona Data bamushoreranye na mama na bashiki banjye batanu bari baraye iwacu kubera ubwoba. Nyuma y'iminsi ibiri twaje kumenya ko bishwe n'abantu bahingiraga data kera, kandi umwe muri bo data yari yaramugabiye inkwano yo gukwa umugeni.

Mbonimana akomeza agir' ati: "A*ho nari nihishe kwa Serugendo, umutima wari kuri mukuru wanjye nkurikira witwaga Ngirinshuti wari utuye mu mujyi. Uwo Ngirinshuti yari umuvandimwe akambera n'inshuti. Ubucuti bwacu bwatangiye nkiri muto, bukurana nanjye kandi ntibwigera busubira inyuma kugeza igihe ababisha bamwivuganye. Uyu Ngirinshuti twavukanaga dukurikirana, akaba n'imfura ya data. Twagendanye henshi, tujya inama kuri byinshi byubaka ubuzima. Igihe kimwe, mbere yuko intambara isatira agace k'iwacu, twarimo dutembera ku mafu ya nimunsi, hanyuma aza kumbaza ati, ariko ubundi ko utagize amahirwe yo kwiga, uwakwandika mu ndangamuntu yanjye wenda ntibyazagira icyo bikumarira wenda kera ntakiriho? Yagiraga urwenya rudasanzwe.*

Naramwumvise ku mutima ndaseka, nti ariko iyi myaka mfite, n'ahantu ngeze, ko mfite Mama, nkaba ndi hafi gushinga urugo rwanjye, nubwo ntize, urabona kunyandika mu ndangamuntu yawe bifite mumaro ki?

Ubwo turakomeza turatembera twivugira ibindi. Ikindi gihe mu gihe Ngirinshuti yendaga kubatirisha abana turicarana turaganira turi twenyine ansaba kumpa

47

umwana umwe w'umuhererezi mu bana batanu yari afite, kugirango ajye ataha iwacu avuye ku ishuri, maze wenda intambara nimuhitana nzamumusigaranire kuko yari azi ko ndi inshuti yo kwa Padiri. Ndamubwira nti, ariko, ubundi urampa umwana umwe gusa kubera iki, ko abana bawe bose ari abanjye? Aho haramutsinze, abura uwo ampa n'uwo areka, ariko ahitamo kumpa umuhererezi we."

Mbonimana akomeza agir ati *"Iyo iwacu bateraga induru, jye nakundaga gucisha make, simvuge menshi. Noneho abandi barangiza kuvuga bose, mukuru wanjye Ngirinshuti akambwira ati, "ngaho reka twumve icyo Mbonimana abivugaho, ati kandi agiye kuvugisha ukuri." Ibyanjye na mukuru wanjye Ngirinshuti ni birebire.*

Twasangiye akabisi n'agahiye, turaseka, turidagadura, turatembera, turishima. Yambereye umubyeyi, dore ko yari yaragize amahirwe yo gukomeza amashuli iyo za Burayi mu gihe jye nirirwaga inyuma y'inka za Data.

Nubwo namaze imyaka myinshi ndagira, nta tandukaniro wabonaga hagati yanjye na Ngirinshuti iyo twabaga turi kumwe tuganira. Kubera ko nari naratangiye kumusatira mu gihagararo hari ahantu twageraga akabwira abantu ngo "uyu ni Data wacu", dore ko yagiraga urwenya rudasanzwe. Ahantu hose yabaga ateranye n'abandi harangwaga ibyishimo no guseka. Yambereye inshuti, ambera umuvandimwe ku buryo budasubirwaho.

Hari byinshi yifuzaga ko namufashamo mu mishinga yari afite, harimo uw'ubworozi kuko yumvaga kuragira inka byarampaye inararibonye mu kworora n'ubwo nari ntarize. Burya, hari umuntu ukubera inshuti, byagezaho ukumva ari kimwe cya kabiri cy'ubuzima bwawe, ku buryo aramutse atakiri ku isi, nawe wumva utayigumaho.

Ubwo data na mama na bashiki banjye batanu bamaze kubica, nafashe utwangushye nsezera kwa Serugendo, nimukira mu nkengero z'umujyi mukuru wanjye Ngirinshuti yari atuyemo. Hari isambu data yaguzeyo, ari naho nateganyaga kuzarwubaka. Impamvu nahahungiye nuko nta bwicanyi bwari bwahagera. Naribwiraga nti wenda, intambara igeze hafi aho, nahungira kwa mukuru wanjye, cyangwa na we akaza iwanjye"

Uko Mbonimana yavugaga ni ko yagendaga anigwa n'amagambo n'ikiniga cyiyongera, ndamwegera ndamubwira nti, "komera, nguteze amatwi, ndacyari hano nibushaka budukereho. Ndakora ku buryo isaha imbyutsa igihe cyo kujya ku kibuga nikigera. Ubwo Mbonimana kwihangana biramunanira, araturika ararira. Nanjye nyarukira hirya muzanira igitambaro cyo kwihanagura...... Akomeza agira ati:

"Hari mu kwezi kwa gatanu, itariki ya cumi. Uwo munsi nari niriwe ntunda ibiti byo gusana urugo, mu Cyabahinda, dore ko nari narasabye nitegura kurushinga mu kwezi gukurikiraho. Natashye kare mu ma saa munani nyura ku kazi, aho mukuru wanjye yakoraga kugirango mubwire aho gahunda nzigejeje. Agiye kumbwira arambwira ati, humura, twizeye ko nta bwicanyi buzagera muri uyu mujyi, kandi ku byerekeye iby'ubukwe, we kuvunika. Byose nzabiriha, kandi witegure gutangira umushinga

49

w'ubworozi kuko narangije kuwiga".

Ubwo hashize nk'amasaha abiri arantahana, kuko aho nari ntuye hari urugendo rw'amasaha abiri ugenze n'amaguru. Ubwo rero yagombaga kungeza aho bategera taxi, agasubira mu biro. Twicaye mu modoka, agenda anshima uburyo nashoboye kwirwanaho mu buzima. Anshimira uburyo nacyuraga inka, narangiza nkajya mu mahugurwa ya nimugoroba yaberaga ku rusengero. Niga gusoma no kwandika, menya imibare, ndangije mfunguza konti muri banki y'abaturage.

Arambwira ati, guhera ubu, ibyo kuragira inka no kwirirwa uhinga birangiriye aha. Uzajya utanga akazi, ugahe abashumba bo kuragira izi nka zo muri uyu mushinga, arongera arambwira ati, kandi ni wowe uzajya wishyura umuganga uzivura n'abandi bakozi b'uyu mushinga. Uyu mushinga wari uteganijwe kugura inka ijana, ukagira abakozi basaga makumyabiri na batanu, kandi ni jye wari ubakuriye bose.

Kubera amahugurwa y'amezi make nari maze iminsi mfata, byatumye Ngirinshuti angirira icyizere kidasanzwe, ariko uko tuganira iby'imishinga akambwira ati, "uyu munsi bavuze mu makuru ko intambara imeze nabi mu majyepfo kandi igenda isatira umujyi dutuyemo, uramenye uzajye utaha kare". Amaze kungeza kuri taxi asubira ku kazi nanjye ndataha.

Ngeze mu ma saa sita z'ijoro. Numva telephone iravuze, nitabye uwo twavuganaga ati, wihanganire inkuru y'incamugongo ngiye kukubwira: Intambara yageze mu

*mujyi, kandi abantu benshi baturiye isoko bahasize
ubuzima. Ngirincuti yavuye ku kazi atinze, ageze mu nzira
ahura n'igitero cy'abicanyi baramutega baramwica
n'umuryango we. Hasigaye wa mwana w'umuhererezi yari
yagusabye guhisha.*

*Umucuruzi yagiriye neza yabanyuzeho bagoswe
n'igitero, afata ako kana arababwira ati, uyu mwana ni
uwanjye ni uko yari yaragiye gusura uyu muryango kuri
Pasika, none ntabwo mushobora kumwicana n'abandi.
Aramufata amujyana iwe. Ati, none nagirango wihutire
kujya kumufata, kuko nyir'ukumuhisha na we arimo
guhambira ngo ave mu gihugu ahunge intambara. Ubwo
mva mu buriri bwangu, nshaka uburyo nabona taxi njya
kureba uko byagenze, ngeze kwa Ngirinshuti nsanga inkuru
ni impamo. Mfata wa mwana ndamutahana, nyuma yaho
ibyakurikiyeho ni amateka."*

Bwarinze hafi kudukeraho agahinda ka Mbonimpa
atakavuga ngo akarangize, yashoje inkuru ye avuga ati,
*"Abantu bishe data, bakica mama? Bakica bashiki banjye
bose, bakica mukuru wanjye Ngirinshuti, nanjye
baranyishe, ariko nanga gupfa".*

Maze kwumva agahinda ka Mbonimpa dukomeza
kuganira n'ibyerekeye kubabarira, hanyuma nza kumubaza
nti, "urumva warababariye abantu bakwiciye?". Arambwira
n'amarira menshi ati, "Narabababariye kandi ndasaba
Imana imbaraga ngo imfashe ne kuzatezuka ku cyemezo
namaze gufata." Numva ntangajwe n'uburyo yashoboye
kubabarira abantu bamwiciye, ariko mwitegereje mbona
akigendana ibikomere yatewe n'abantu be yabuze.

51

Ndamubaza nti, iyo wibutse umuvandimwe wawe Ngirinshuti n'uburyo bamwishe wumva umeze ute? Atangiye kuvuga, arongera afatwa n'ikiniga cyinshi maze aho gukomeza ikiganiro turirimbana indirimbo ya 179 mu gitabo cyo gushimisha

1. *ly' urushye, iy'uremerewe, bibwire Yesu, bibwire Yesu! ly' ukumbuy' abakunzi bawe, Byos' ubimuganyire!*

Bibwire Yesu, bibwire Yesu! Ni we nshut' ihebuje, Nta n'indi wabon' imeze nka We; Byos' ubimuganyire

2. *Ibyo byago, ndetse n'amarira, Bibwire Yesu, bibwire Yesu! Bya byaha bihishwe bikunesha, Byos' ubimuganyire!*

3. *Ubw' utiny' indwara no gupfusha. Bibwire Yesu, bibwire Yesu Ubwo wibaz'*
Iby'umunsi w'ejo Byos' ubimuganyire!

4. *Mbes' ugir' ubwoba bwo kuzapfa? Bibwire Yesu, bibwire Yesu Ntuzi yuk' Umwami Yes' azaza? Byos' ubimuganyire!*

Kubababarira ntibihita bivanaho ibikomere watewe n'abakubabaje. Ibyo bikurwaho n'Imana gusa. Mbonimana agitekereza umuvandimwe yabuze yaraturitse ararira. Kurira kwe ntibivuga ko atababariye abamwiciye, ahubwo bivuga ko inkovu yatewe zitarakira. Inkuru ya Mbonimana ishobora kukwibutsa ibyakubayeho cyangwa ibyabaye ku muntu uzi. Iyo ndirimbo twembi idufashe kandi mu kuyiririmba, twibuke gutura Kristo agahinda kacu n'umubabaro wacu.

VIII. Munyentwari ati: "Iyo ntababarira mba narapfuye!"

Nakomeje kuganiriza abantu b'ingeri zitandukanye kugirango numve aho bageze mu rugendo rwo kubabarira. Muri bo hari umugabo umwe witwa Munyentwari twabyirukanye ariko tuza gutandukana kubera intambara, aguma mu Rwanda nanjye njya mu mahanga. Noneho nza kumwandikira mubwira nti, maze iminsi ntekereza ku kintu cyitwa kubabarira, ko hashize imyaka makumyabiri amarorerwa abaye mu gihugu cyacu, wowe kubabarira urabibona gute?

Agiye kunsubiza, arambwira ati, *"Mwene data banza wibuke umuryango w'iwacu. Twavutse turi abana icyenda mu muryango. Ku musozi w'iwacu urabizi twabanaga n'abantu bose. Twarashyingiranaga, ugize ibyago tukamutabara. Twabyaranaga abana muri batisimu, ucyuje ubukwe tukamutwerera, uwapfushije tukamutabara. Niba wibuka Mugabonake wari utuye haruguru y'iwacu, ari mu bantu twafataga nk'abavandimwe.*

Abahungu be bataramiraga iwacu, na bo bagira ibirori ntituhatangwe. Uyu Mugabonake yatangiriye amashuri murumuna wanjye w'umuhererezi, nanjye mwitura ineza yatugiriye nshakira akazi umwuzukuru we wari urangije amashuri yisumbuye ku Karubanda. Ikintu gitangaje kandi cyanshegeshe ni uko uyu Mugabonake n'abahungu be ari bo bagabye igitero iwacu bica umuryango wanjye wose barawutsemba."

Bahereye mu Kagarama bica, barazamuka bagera mu Gitwa, barica baratsemba. Ubu umusozi w'iwacu hamwe hari amazu, n'amatunda yarandarandaga ku ngo, hose hahindutse imirima ntiwahamenya. Kuri wa mugina twakiniragaho ikibuguzo bahaciye ibibanza by'abacitse kw'icumu. Ndakubwiza ukuri nta muntu wasigaye ku musozi w'iwacu waba uzi, uretse jyewe wo kubara inkuru.

Munyentwari yakomeje ambwira amarorerwa yabonye mu ntambara, ambwira ibibondo byishwe, insengero zatwikiwemo abantu n'abagore bafomojwe. Arangije arambwira, ati, uri nshuti yanjye ntacyo naguhisha, reka ibyo kubabarira mbe ndetse kubivugaho ba umpaye igihe ngende mbitekerezeho tuzabiganira ubutaha.

Ubwo nanjye nafashe umwanya wo gutekereza ku ibarwa ye. Ariko kuko hari hashize imyaka irenga 20 ntagera iwacu ndavuga nti, ibi bintu Munyentwari ambwiye birenze urugero. Reka nzaje kwirebera mbonereho umwanya wo kumusura. Ubwo naje kugenda mpitira ku musozi w'iwacu. Ngeze mu Kigarama nsanga nta nzu n'imwe iharangwa, ndazamuka ndenga mu Gitwa. Abantu nari nzi nsanga barashize.

Mbaza aho Munyentwari asigaye atuye barahandangira. Mpageze turahoberana nuko tumaze gushira impumu twembi dusubira kuri cya kiganiro cyacu cyo kubabarira. Ndamubwira nti, ibyo wambwiye nabibonye ndetse nabonye n'ibirenze, ariko ndagirango nkubaze ikibazo nakubajije hambere. Atangiye kuvuga numva ijwi yanditsemo ibarwa ya mbere yanyandikiye n'ijwi akoresha turi kuganira biratandukanye.

Arambwira ati, iyo ntababarira mba narapfuye, ntiwari kuba unsanze nkiriho. Ndamubaza nti, ese wari kuba warishwe ni iki ko intambara yarangiye? Arambwira ati, nyuma y'intambara nagize umutima mubi ntigeze ngira mu buzima bwanjye, hafi kwihorera. Numvise nanze abantu bose nanjye numva ndiyanze. Ariko nagize amahirwe ahantu nari ncumbitse nza kuhahurira n'umwana w'umukobwa witwa Jane aza kutwigisha ijambo ry'Imana. Agitangira kutwigisha numvaga namubwira ngo acececke kuko atari azi agahinda natewe n'intambara, ariko nabonaga avugana imbaraga zidasanzwe.

Uko nagendaga mutega amatwi ni ko numvaga harimo guhinduka muri jye, agezaho aza kunkundisha Imana, nongera kugarura umutima w'abantu. Iyo hataza kuba Imana abarokore bajya bigisha, ubu nari kuba narahindutse inyamaswa. Hashize igihe niga ko ngomba kubabarira kuko nanjye Kristo yambabariye ndi umunyabyaha. Ndakubwiza ukuri ntabwo nababariye kubwo imbaraga zanjye, ni Imana yampaye imbaraga. Nta muntu ushobora kubabarira ku mbaraga ze, keretse abishobojwe n'Imana.

IX. Inkuru ya Muhizi

Abantu bose barababaye, abantu bose bafite ibikomere kandi benshi baracyavirirana. Hari umusore witwa Muhizi twahuriye mu gihugu cya Zambiya ambonye asa n'uwikanze bya bindi Abanyarwanda batinyana. Nuko ndamuhumuriza nti, humura Abanyarwanda turi bene mugabo umwe, ni uko twatewe n'umubisha, ari we Satani, agatuma dusubiranamo.

Nuko amaze gushira impumu arambwira ati: *"Uko undeba uku nahagurutse mu Rwanda mfite umugore n'abana barindwi, abakobwa babiri n'abahungu batanu. Twaciye iya Goma bukeye batwohereza mu nkambi ya Mbandaka. Ntitwamaze ukwezi, twumva amasasu ngo pa! pa! pa! Ubwo dukwirwa imishwaro abakobwa babiri bagwaho, mu bahungu batanu nsigarana batatu, abandi bahungu babiri na nyina sinamenya iyo baciye.*

Turagenda twinjira mu ishyamba rya Walikare tumaramo umwaka wose dutunzwe n'amateke yimeza mu mashyamba. Kubera ubwinshi bw'abantu amateke yaje gushira dusigara turisha nk'inka. Yewe nkubwire wa mugabo we, umuntu ni ubusa, ariko umuntu arakomera! Nako si umuntu, ahubwo Imana igira amaboko!

Iwacu ni i Bufundu, naravutse nsanga data ari agronome ku musozi w'iwacu. Yari afite urugo rwubakishije amatafari ahiye, rusakajwe amategura, rutapfaga kuvogerwa. Yari yarampaye isambu hepfo y'ikawa ze, aho bitaga mu rya Nyirataba. Kubera ifumbire yaturukaga mu nka nyinshi twari dutunze, aho hantu heraga imyaka yose.

Wakubitaga isuka rimwe ukuzuza agatebo k'ibijumba, urutoki, reka imyumbati ntiwareba. Ikawa yareraga tugatumira abakozi basarura. Ntabwo mu buzima bwanjye nari nzi ko nshobora kumara icyumweru ntunzwe n'ibyatsi. Ariko burya mu buzima, byose birashoboka."

Muhizi yakomeje agira ati, *"muri iryo shyamba harimo impunzi ibihumbi n'ibihumbi. Umugoroba umwe twagiye kubona tubona indege igendagenda hejuru y'iryo shyamba icanye amatara nk'ay'isitimu nini cyane. Abantu bamwe bayibonye batangira guhwihwisa ngo ni imfashanyo Abanyamerika batwoherereje, byahe byo kajya!*

Ubwo batangira gutega amaboko no kwishyira mu myanya. Iyo ndege yaragiye bucyeye iragaruka irasa amasasu menshi ku musozi umwe abantu bari birundiyeho. Abashoboye guhunga barahunga, abasesera mu myobo na bo baseseramo. Aho haguye abantu benshi batabarika.

Mu bahungu batatu nari nsigaranye hapfuyemo babiri nsigarana kamwe. Turongera na none turahaguruka. Iryo shyamba, wa mubyeyi we, ntabwo ari iryo kubarirwa. Kwari ukugenda wishakira inzira. Hari aho twageraga tugahura n'inzuzi bikaba ngombwa ko dutema imigogo y'ibiti yo kwambukiraho.

Hari bamwe bagiye bambutswa na bene gihugu bamenyereye kwoga izo nzuzi, abandi nyine bakagenda kuri yo migogo y'ibiti twabaga twatemye ngo turebe ko byakwambukiranya uruzi. Kugirango umwene gihugu akwambutse cyangwa agutize ishoka, byose byabaga ari ukumuhemba amazayire ibihumbi icumi. Abana benshi baguye muri izo nzuzi. Ababyeyi bamwe barihekuye mbireba n'amaso yanjye bajugunya abana babo mu ruzi ngo birwarize, abandi binaga mu ruzi n'abana bahetse ku migongo. Kwambukira ku mugogo w'igiti byashoboraga umugabo bigasiba undi.

Mu bantu icumi bageragezaga kwambukira kuri ibyo biti, hambukaga nka batatu abandi barindwi bakarohama.

Ubwo abenshi kandi icyitwa inkweto twari twaracyibagiwe. Kugenda kwari ukubanga ingata mu byatsi tugahambira munsi y'ibirenge. Nongeye kwibuka urukweto icyo ari cyo ngeze muri Congo Brazzaville. Ubwo twageze muri Congo Brazzaville turi nk'Abanyarwanda mirongo itanu.

Wibuke ko twambutse umupaka turi ibihumbi amagana n'amagana. Abenshi muri bo bari abana n'abagore. Ubwo tugeze muri Congo Brazzaville, bamwe bahisemo kujya mu nkambi yaho, abandi turakata twinjirira muri Angola, tuboneza tujya muri Zambiya. Nageze muri Zambiya nta mwana n'umwe nsigaranye mu bana barindwi bose.

Ngeze muri Congo Brazzaville, abaje nyuma yacu batubwiye ko inkambi twabanje kubamo tutaragera mu ishyamba bagarutse bakayitwika." Muhizi yarangije ambwira ati, *"none bambwiye ko ngo wigisha ibyo kwiyunga no kubabarira. Ubwo se, urumva muvandimwe, usibye nanjye, Imana yo yababarira abantu baduteye akababaro kangana gatyo?"*

Inkuru ya Muhizi ifite byinshi ihuriyeho n'inkuru z'Abanyarwanda benshi: Bose barababaye. Bose bagiriwe ubuhemu bw'indengakamere. Muhizi aragira ati, "usibye nanjye, urumva Imana yo yabababarira?" Icyo kibazo yarangirijeho cyampaye uburyo bwo kumubwira ko Imana ari inyembabazi muri kamere yayo.

Imana yanga icyaha aho kiva kikagera, ariko kandi ikunda abanyabyaha aho bava bakagera. Niba ikunda abanyabyaha ni ukuvuga ko Imana ikunda abantu bagiriye nabi Muhizi, Munyentwari na Mbonimana. Imana ikunda ababiciye abana, ababyeyi, inshuti n'abavandimwe ariko ntabwo ikunda ubwicanyi bakoze.

Imana ikunda abantu biciye Munyentwari, ariko yanga urunuka ubwicanyi n'ubugome bagiriye umuryango we n'abaturanyi be. Ikindi kandi nibukije Muhizi ni uko abantu bose aho bava bakagera ari abanyabyaha. Ni ukuvuga ko Muhizi, Mbonimana, Munyentwari, Jyewe, nawe turi abanybayaha nk'abandi bose.

Twese twakoze ibyaha ntitwashyikira ubwiza bw'Imana (Abaroma 3:23). Kuberako Imana ari umutunzi w'imbabazi, kandi ikaba yarakunze abanyabyaha batuye isi yose (barimo Muhizi, Mbonimana, Munyentwari, wowe, nanjye), byatumye itanga umwana wayo kugirango umwizera wese atarimbuka ahubwo ahabwe ubugingo buhoraho (Yohana 3:16).

Ayo magambo maze kuyabwira Muhizi yayatekerejeho cyane, amara umwanya acecetse arambwira ngo tuzongere tuyagarukeho ubutaha. Ntabwo nongeye kugira amahirwe yo guhura na we ngo dukomeze ikiganiro, ariko sinshidikanya ko yakomeje gutekereza kuri ayo magambo kandi ko byamufashije gutura umutwaro w'urwango yari yikoreye.

Ibiganiro nagiranye na Munyentwari na Muhizi byanyigishije ibanga ryo kubabarira. Kubabarira bishoboka bitewe n'igihe wamaranye n'Imana. Kumarana igihe n'Imana nshaka kuvuga ni ugufata umwanya uhagije wo kuyiganiriza, ukayitega amatwi, ukumva icyo ikubwira kandi ugakora icyo igutegeka. Kubana n'Imana ni ugusenga ariko ntubikore by'umuhango. Ni ugusoma Ijambo ryayo ariko nturisome by'umuhango, byo guhushura (Mana udufashe).

Ni uguhimbaza ariko ukabikora bikuvuye ku mutima. Ni ukuyiha ibyawe byose (imbaraga, ubwenge, n'umutima) kugeza igihe wemera kuyoborwa na yo.

Uko umarana umwanya na Yesu ni ko ugenda urushaho gusa na we. Ntibishoboka kumarana umwanya uhagije n'Imana ngo we kubabarira kuko Imana ari umutunzi w'imbabazi. Nitumarana umwanya uhagije n'Imana izadushoboza kubabarira abandi. Imana izadusiga imbabazi zayo, natwe tuzisige abandi. Imana izadushoboza kwikorera imibabaro y'abandi, tubasengere.

Imana izadushoboza kubabarira imyenda baturimo, kuko tuzasobanukirwa neza ko natwe turi abanyabyaha, kandi Imana itubabarira buri munsi. Yesu ati, *"Kuko nimubabarira abantu ibyaha byabo, na So wo mu ijuru azabababarira ibyaha byanyu"* (Matayo 6:14-15). Imana itubabarire kandi idushoboze.

X. Uburyo Muhoracyeye Yababariye

Uyu mubyeyi uzwi kw'izina rya mama Nadine ni umwe mu bantu benshi bakubwira uburyo bashoboye kubabarira ukibaza uburyo babigezeho bikakuyobera. Mu gihe cy'intambara Mama Nadine yatewe n'abanzi bitwaje amacumu, amahiri, imipanga n'imbunda baramwica nduzi ari ukumwica, ariko amaze kuzuka, ahitamo kubabarira. Muhoracyeye yari yarashakanye n'umugabo witwa Seneza badahuje ubwoko ariko wamukundaga bihebuje.

Urukundo rwabo ntabwo rwari mu magambo gusa, warubonaga no mu bikorwa. Mu gihe cy'intambara umugabo we yagerageje kumuba hafi uko ashoboye kose, ku buryo ntaho yamwemereraga gutarabukira batari kumwe. Kubera ko ubwicanyi bwageze mu karere kabo butinze, kwa Seneza hari harahungiye abana b'imfubyi batanu bari bishywa ba murumuna wa Muhorakeye witwa Murorunkwere wari utuye muri Komini bahana imbibi.

Igihe cyose wasangaga kwa Seneza babaza amakuru y'uko byifashe mu tundi duce tw'igihugu kandi bagahora basenga ngo amahano bumva ye kuzagera mu gace k'iwabo, dore ko abenshi ku murenge wabo bari bazwiho ubunyangamugayo. Ntabwo byateye kabiri, umugoroba umwe bagiye kubona babona igico cy'abantu baturutse kuri Huye bitwaje intwaro z'ubwoko bwose. Abana bababonye bajya kwihisha munsi y'ibitanda, abandi muri toilette, abandi mu mirima gutyo gutyo.

Uwo mugoroba Seneza yari anyarukiye ku kazi agiye gushyira ibintu mu makarito kuko yavugaga ati, intambara iramutse igeze hano, twahunga tugana iy'amajyepfo. Ubwo Muhoracyeye uko yagacaniriye inkono y'ibishyimbo n'utundi twungucenge yari atetse ku ruhande ategereje umugabo we, areba ibyo gukinga urugi ngo asohoke biramunanira. Yigumira mu gikoni, akomeza kwenyegeza inkono, ari nako asoma Bibiliya ye ku ruhande.

Icyo gitero cyabaye kigitunguka mu marembo, baza babaririza Muhoracyeye bamutuka n'ibitutsi byinshi, bamwita amazina yo kumusebya, bamugezeho baramukurubana, bamusohora mu gikoni, bamukorera ibyamfura mbi barangije baramuhondagura uhereye ku birenge ukageza mu gitwariro, nta ho basize. Bamujombagura ibyuma, basunikira munguni barenzaho igunira bibwira ko ibye byarangiye. Barangije baragenda, bajya ku wundi musozi gukomeza ubwicanyi.

Hashize isaha imwe umugabo we aba arahatungutse, akinjira mu nzu, asanga nta mwana uharangwa, arebye hasi abona umuvu w'amaraso utemba, arebye munguni abona igunira agirango n'imyumbati bakuye mu cyumba bayirunda muri salon. Ariko yitegereje abona riranyeganyega. Arahamagara ati, Muhorakeye uri amahoro.

Akomeza kubona igunira rinyeganyega, yorosoye asa nk'ukubiswe n'inkuba. Yihutira guhamagara umugabo w' inshuti ye wari umuganga ku bitaro. Ubwo Muhorakeye bamushushubikanya kwa muganga ariko nta cyizere yuko bamugezayo akirimo umwuka. Ubwo bakigerayo abaganga bakora ibishoboka byose. Barapfukapfuka, baradodadoda, bamuha imiti, hashize iminsi ijwi riragaruka, n'ubwenge buragaruka.

Muhorakeye yongera kubaho no kugarura agasura k'umuntu. Ariko amaze gukira, imvune zikomeza kumumerera nabi. Agumana ubumuga atigeze kugira mu buzima bwe. Agira ibikomere byinshi ku mubiri, birumvikana no ku mutima, ariko akomeza kuba umukristo no gusenga Imana. Imyaka makumyabiri ishize, atangira gukomererwa n'ubumuga bwanze gukira burundu, maze atangira kubaza Imana ibibazo byinshi.

Kimwe muri ibyo bibazo cyaravugaga kiti, "Ese Mana ku ubizi bariya bantu ntacyo nabatwaye, nkaba narakwizeye uhereye mu buto bwanjye, kuki ibi wemeye ko bimbaho? Ese ibi ni byo witura abakwizera? Ese ko ari wowe wandemye ukangira icyo ndi cyo kuki wemeye ko aka karengane kangeraho?"

Ntabwo Imana yamusubije ibyo bibazo byose yari afite, ariko kimwe yamubwiye ni uko kugirango akire ubumuga bwe burundu, yagombaga kubabarira abantu bose bamuhemukiye adasize n'umwe. Muhorakeye bwaracyeye atangira kwandika urutonde rw'abantu bari muri icyo gitero cyateye iwabo. Abenshi yari abazi, azi na bene wabo. Bamwe biyitaga inshuti z'umugabo we ndetse bajyaga babatahira ubukwe.

Abandi biganye n'umugabo we mu mashuri abanza ku buryo iyo bahuraga bagasubiramo inkuru za kera zo mu mashuri wari kugirango ni inshuti z'umuryango magara. Muri abo bateye iwabo, harimo benshi yagaburiye, harimo abataramiye iwabo ijoro riguye arabasasira. Yemwe hari n'umwe muri bo wasengeraga kw'itorero rye, bajyanaga ku meza y'Umwami.

Muhorakeye amaze kwumva ibyo Imana imusabye, asa n'uwongeye kubona video y'icyo gitero mu mutwe we, aratangira yandika buri wese wagize uruhare muri ubwo bwicanyi, uko yandikaga ni ko amarira yatembaga, ariko arakomeza yandika amazina y'abategetsi, yandika amazina y'abaturanyi, yandika abo yibuka bose.

Hanyuma arangije yiherera mu cyumba, ahera ku murongo abwira Imana buri muntu amuvuga mu Izina, aravuga ati, "Burugumesitiri runaka ndamubabariye, umuturanyi runaka ndamubabariye, perefe runaka ndamubabariye, komanda runaka ndamubabariye, umujyanama runaka ndamubabariye, uwihaye Imana runaka na we ndamubabariye. Mbabariye abo nabonye mu gitero n'abo ntabonye. Mbabariye bene wabo.

Mbabariye abana babo n'ababyeyi babo. Mbabariye abagize uruhare mu bugome nagiriwe, mbabariye n'abo nkenka bose. Mbabariye abansabye imbabazi n'abatazigera bazinsaba. Mbababariye ibyaha bankoreye kuko batari bazi icyo bakora. Ndakwinginze ngo abo bose ubababarire Mana, ntubabareho amahano bakoze."

Nuko arangije kubababarira aravuga ati, "Mana uyu mutwaro nari mfite ndawugutuye, kandi ndagushimira ko wumvise gusenga kwanjye ukanduhura." Hanyuma afata rwa rupapuro rwanditseho ya mazina yose ararutwika akomeza ubuzima. Ntabwo byatinze, Muhoracyeye yagiye kumva yumva bwa bumuga bwo mu mugongo no mu gituza yahoranaga buragiye burundu.

Iyo Muhoracyeye ashima Umwami Yesu, yitera hejuru abyina, ntiwamenya ko ari umubyeyi w'imyaka mirongo itandatu isaga. Yarongeye agarura ubukumi. Imana yakoresheje bamwe mu bamwishe baza kumusaba imbabazi. Ariko iyo baje arababwira ati, nakubabariye

64

utaraza kunsaba imbabazi. Igendere amahoro, nta mwenda unsigayemo. Kubabarira bituma umuntu yongera kugira imbaraga nk'iz'ikizu. Imana iduhe kubabarira nk'ukwa Muhoracyeye.

XI. Babarira Kandi Ushime Imana: *Ubuhamya Bwa Fabiola Mukarukundo*

Fabiola atangira avuga ati ndashima Imana yuko yangiriye neza. Nkunda Yesu kuko yanyiyeretse nkiri umwana muto cyane. Ndashima Imana nyir'ijuru n'isi. Yarandinze. Yampaye kubaho ntari mbikwiriye. Iyo nibutse ibyo Imana yankoreye numva ntabona uko mbivuga. Numva muri jye natambira Imana nkuko Dawidi yatambiye Imana.

Imana yarandinze kuva mu mwaka wa 2004 kugez'ubu. Ubu simba nkiriho, ariko Imana yarandinze ndayishima. Ndashima Imana yuko nashatse nkubaka, ngakobwa nk'abandi bakobwa. Ndashima Yesu ko yankijije urupfu. Ndashima Yesu yuko namubonye mu bihe bikomeye. Naramubonye mu rupfu rwanjye. Naramubonye ntagira amaboko. Naramubonye, naramubonye. Nta handi hari ugutabarwa keretse muri Yesu.

Namaze gushyingirwa mu mwaka wa 2000, hashize amezi abiri uwo twashakanye baba baramurashe. Ntabwo byari byoroshye namba, ariko Imana yabanye nanjye. Ibyambayeho byose Imana yari ibizi, kandi yagiye ibimpishurira mbere y'igihe bitari byaba, ikoresheje abakozi bayo. Umugabo bamaze kumurasa, numvise mpuye n'ibigeragezo bikomeye, ariko Imana byose yari ibizi. Ubwo ibyo bimaze kuba, mabukwe yansabye ko nguma mu rugo nashakiyemo, kuko bari barankoye.

Yanyunvishije ko ngomba kubana n'undi muhungu we, mbanza kubyanga ariko ababyeyi banjye baza kubyumvikanaho no kwa databukwe. Igihe kimwe, umuhungu we yaje gusunika urugi, akoresheje imbaraga ankorera ibya mfura mbi. Ubwo tugumana gutyo kuko nta handi nashoboraga kujya.

Nahabaye mfite agahinda kenshi, n'umubabaro mwinshi. Yabonye ntinze gutwita akajya ankangisha ngo azizanira undi mugore. Ntabwo byari byoroshye. Tumaze kubana n'uwo mugabo, nagize ibibazo bikomeye cyane. Ariko Yesu yabanye nanjye. Nabonye Yesu, kandi Yesu yambereye igisubizo mu bibazo byose nagiye nyuramo.

Ubu simba nkiriho, ariko Imana yarandinze ndayishima. Ubuhamya bwanjye ni burebure cyane. Kuva twabana n'uwo muramu wanjye nagize ibibazo bidasanzwe, nagize agahinda kenshi mu mutima. Ku italiki ya mbere z'ukwezi kwa gatanu mu mwaka wa 2004 nabonye amananiza adasanzwe.

Uwo munsi twiriwe tuganira, duseka, mbona nta kibazo gihari, hanyuma ngiye kubona, mbona umutware wanjye azanye umupanga, arawutyaza neza n'amazi, maze arongera arawubika, nanjye nkomeza kwibwira ko azawukoresha kujya gutashya inkwi. Uwo mugabo yari muri konji kuko yari asanzwe ari umusirikari. Ariko muri iyo minsi numva ijwi rimpatira gusenga cyane. Hanyma njya mu cyumba nsenga Imana, nkomeza gusenga numva ntarangiza.

Ubwo igihe cyarageze njya mu nzu guteka ibyo tuza gufungura bya nimugoroba. Twagombaga gusangira n'umuryango w'umugabo wanjye. Ariko igihe cyo gufungura kigeze jyewe mbabwira ko numva ntameze neza, sinashobora gufungura. Ubwo twari twarabyaranye umwana w'umukobwa witwa Shushu, ariko kuva yavuka ntabwo bene wabo w'umugabo bigeze bamwishimira mu muryango. Igihe cyose wasangaga ari ikibazo. Ariko byose nabyerekaga Imana yo mu ijuru. Ndibuka umunsi nabyaraga, mabukwe yaje kwa muganga kureba umwana, ambaza icyo nabyaye, ndicecekera. Ajya kureba asanze ari umukobwa ahita avuza induru, avuza induru cyane rwose, ati umuryango wacu urazimye. Hirya yanjye hari umubyeyi twabyariye rimwe, wabyaye umuhungu aragenda amuha impundu, ati ni mwebwe mwabyaye, naho twebweho umuryango wazimye.

Ndashima Imana yampaye kwihangana. Nanjye nashoboraga kuvuza induru kubera agahinda, ariko Imana yabanye nanjye. Icyo gihe naravuze nti ndagushima ko umpaye ikibondo. Ndagushima ko unteye iteka, ndagushima ko ungize nk'abandi babyeyi. Maze kubyara, namaze igihe kinini ndwaye haza kuzamo na Malaria. Aho mariye kubyara, umugabo wanjye yamaze igihe kinini ataraza kundeba. Aho amariye kuza kundeba yarambwiye ati "ubwo nawe urumva warabyaye !". Ndamubwira nti ndashima Yesu yuko Imana yanteye iteka, uno munsi nkaba nteruye umwana nk'abandi babyeyi.

Ubwo rero kuri iyo italiki ya mbere z'ukwezi kwa gatanu mu mwaka wa 2004, byageze nijoro maze ndabagaburira. Twasangiraga na mabukwe na muramukazi wanjye. Mu gihe bari batangiye gufungura, ndababwira nti ndumva ntameze neza kuko nari mfite inda y'amezi arindwi. Barambwira bati nta kibazo. Ubwo ndagenda ndasenga, ariko nkumva mfite umunaniro udasanzwe. Ndasenga ndarangiza, nsaba Imana ngo impe ibitotsi.

Ubwo umwana nari namaze kumushyira ku gitanda. Ubwo umugabo araza, turaryama, turasinzira. Tumaze kuryama nagiye gukanguka nkangurwa n'umupanga w'umuntu untema. Ndavuga nti twatewe rero. Ngiye kubona mbona ni wa mugabo. Nuko mpita ntaka n'ijwi rirenga nti Yesu ntabara! Yesu ntabara! Nari ndyamye niseguye ukuboko. Uko kuboko ni ko yahereyeho atema. Yarakomeje aratema, atema n'ukundi kuboko.

Atema amaboko yombi arayaca, agwa ku gitanda ndeba. Ubwo uko yantemaguraga ni ko nahamagaraga Imana nti Yesu ntabara, Yesu ntabara. Nkomeza guhamagara Imana, mbwira Imana nti mu maboko yawe ni ho nshyize ubugingo bwanjye Mana, ndakwinginze Mana umpe iherezo ryiza, ndakwinginze Yesu untabare. Arantemagura bihagije, arantemagura nka kwa kundi utemagura igihaza cyangwa umwungu.

Arantemagura uko yishakiye, uko yumvaga ayobowe n'imyuka mibi yamukoreshaga. Ubwo akana kacu Shushu kaba karakangutse, gatangira kavuza induru, kararira cyane. Ubwo amaraso yose naviriranaga ni ko yagatembagaho.

Yesu ndamukunda cyane yangiriye neza. Yesu ndamukunda cyane sinzareka kumuvuga. Yesu nzamutangira ubuhamya naramubonye. Ndamushimira nahabwe icyubahiro... Amaze kuntemagura nkuko yishakiye, amaboko amaze kuyavanaho, ntiyarekeyaho. Yahise atemagura ahandi hantu hose yumva ashaka.Yarankase kuva ku rutoki rumwe, rumwe, mpaka kugeza aho Imana yavugiye iti nturenga hano.

Ahantu Imana yankingiye ni ku mutwe n'ijosi. Uwo mugabo yari afite imbugita y'igisoda, yari afite umupanga, yari afite na grenade. Ndavuga nti "Mana we, uru ni rwo rupfu wampitiyemo ko nzapfa? Uko biri kose izina ryawe rihabwe icyubahiro." Nkomeza kubwira Imana nti, "Ngusabye kugira iherezo ryiza". Nshuti yanjye, muzajye muhora musaba kugira iherezo ryiza. Kuko Yesu aradukunda ntazemera ko dupfa rubi. Ubwo arakomeza arantemagura, yananirwa agakoresha iyo mbugita.

Uyu munsi ndashima Yesu ko yanyongereye iminsi yo kubaho. Navuye amaraso atagira akagero. Ndashima Imana ko yandindiye umwana, akaba ariho, naho ageze ni ku bw'Imana. Imana yacu nihabwe icyubahiro. Imana yaraturinze. Ubwo amaze kurangiza kuntemagura, yumva ahejeje, ahita ambwira ati "si ibyo gusa, nagirango ngutere na grenade, bazaguhambe uri ivu, batazabona n'igufa ryawe na rimwe".

Ndavuga nti "Yesu, akira ubugingo bwanjye. Mbabarira ibyo nakoze byose bitakunejeje. Umpe ubwami Mana, ndakwinginze umpe ubwami bw'iteka. Ubwo nahise ncika intege cyane ndaraba, hashira umwanya ubwenge bukongera bukagaruka. Noneho arampamagara ati mama Shushu. Nditaba nti "Karame". Arambwira ati "nagirango mbaterane grenade n'uyu mwana". Mpita mubwira nti uyu mwana ni imfura yawe.

Uyu mwana ni imfura yanyu. Muramutse mwumva mutamukunze mu muryango mushobora kuzamunshyirira mama akazamunderera. Muzaba mukoze. Ahita afata ka kana, numva akajugunye hasi, numva kararize. Aravuga ati: "ntureba iyi grenade? Ni iyo kugutera". Benedata, Imana yavuze ngo baho, ubaho nta kabuza. Imana yavuze ngo baho, nta kintu kijya gihagarika umugambi w'Imana. Nta kintu kijya gihagarara imbere y'Imana. Yesu yangiriye neza iryo joro naramubonye.

Nuko umugabo afata ya grenade. Ndamubwira nti Papa Shushu, ndashaka kukubwira ijambo rimwe gusa. Arambwira ati: "ngirira vuga nkurangize". Ndamubaza nti: "ni iki nagukoreye cyatuma unkorera ibintu bibi nk'ibi? Ni irihe kosa nagukoreye ngo ngusabe imbabazi? Ndabona ko ntagikize. Ndabona ko ubugingo bwanjye bwamaze kugenda kuko numva ntakibayeho ku isi. Mbwira ngusabe imbabzi nitunganye, nishyire mu biganza by'Imana, Imana impe ijuru."

Arambwira ati: "ni ukuri nta kibi wankoreye. Iyi ni impano nari naraguteguriye. Urabizi igihe wabyaraga nta mpano nigeze nguha. Kandi koko yajyaga ambwira ngo ambikiye impano nanjye nkibwira nti buriya azampa impano nziza, nkavuga nti ibyiza biri imbere. Amaze kumbwira atyo naramubwiye nti: "Imana ikubabarire cyane, Imana ikugirire imbabazi, nanjye ndakubabariye.

Ndakubabariye, kandi n'Imana yo mu ijuru ikubabarire. Si wowe ni umwanzi uri muri wowe urimo kugukoresha ibi. Imana ikubabarire cyane".

Maze kumubwira gutyo yahise ambwira ati: "uko ni ko umbwiye wabaye utyo?" Ndamubwira nti: "Yego disi, nshuti yanjye. Ntabwo ari wowe ni umwanzi wakoreye muri wowe". Uwo mwanya afata grenade, amaze arongera arambwira ati: "iyi grenade mfite nta kabuza ndayigutera. Ndamubwira nti: "Kora icyo ushaka, icyo nzi cyo ni uko ubugingo bwanjye buri mu maboko y'Uwiteka".

Mu gihe agifashe ya grenade ayizamuye ngo ayintere, ku bw'igitangaza cy'Imana, amaboko ahera mu kirere. Amaboko yagumye hejuru, ananirwa kuyamanura. Hashize umwanya, yahise avuza induru cyane ngo arahiye, arahiye. Nyina na bashiki be bumvise avuza induru baraje basanga afite grenade baramubaza bati ni ibiki ko uvuza induru? Arababwira ngo arashaka kwiyahura. Mushiki we amwaka iyo grenade.

Maze baramusohora, bamaze kumusohora, sinongeye kubona agaruka, ubwo nanjye ubwenge bwahise bugenda. Imana yacu ni ihabwe icyubahiro. Imana yari yavuze ko nzabaho kugeza igihe izabishakira. Imana yacu si umuntu ngo yisubireho. Bene data dusangiye urugendo rujya mu ijuru, mugume ku Mana nta handi dufite ubuhungiro. Nta handi dufite amahoro. Nta handi dufite gutabarwa. Nta handi dufite umunezero.

Muri iryo joro nta wundi muntu washoboraga kuntabara. Ababyeyi banjye ntibashoboraga kuza kuntabara.

Abavandimwe banjye ntibashoboraga kuntabara. Abaturanyi na bo ntibari gutinyuka kuza kuntabara kuko bari bazi ko afite intwaro. Ariko Yesu yarantabaye nahabwe icyubahiro! Mu bibazo byawe ujye uhora utabaza Yesu.

Fabiola akomeza ashima Imana uburyo yabanye na we. Ubwo yaje kugera kwa muganga, abaganga bakora ibishoboka byose baramuvura kumara hafi imyaka ibiri, ariko aho bigeze baramubwira bati uzaguma uri ikimuga. Bazajya baguterura. Nta kintu uzashobora kwikorera. Satani ubwo amuteza kwiheba, akomeza gutakira Imana ngo itware ubugingo bwe, kuko yumvaga atashobora ubwo buzima.

Ariko iyo si yo yari imigambi y'Imana. Igihe cyaregeze yumva ijwi rimubwira ngo nahaguruke. Ubwo ahaguruka aho yari aryame, agenda atambuka buhoro buhoro. Ubu na siporo arayikora. Iyo Imana ivuze ngo "baho", ubaho. Kumenya Yesu bitanga amahoro. Bitanga umunezero. Ntabwo byoroshye kuvuga ngo Haleluya udafite amaboko yombi, kandi warayaciwe n'umugabo mwabyaranye. Mu gihe nandika ubu buhamya, Fabiola yageze mu gihugu cya Amerika, akomeje gushima Imana no kwamamaza kugira neza kwayo.

Fabiola arangiza ubuhamya bwe agira ati: "Gukorera Imana birimo umugisha. Imana yacu nihabwe icyubahiro. Abayizera, ntabwo tuzapfa gupfa. Tuzapfa igihe cy'Imana kigeze. Niba igihe cyawe kitaragera, humura ntacyo uzaba. Nahoraga nibaza ubuzima nzabaho nta maboko mfite, ariko ubu Imana yanteye agateka.

Yesu yampaye amahoro n'umunezero. Yesu yampaye imbaraga zo kunesha ibigeragezo naciyemo. Ndashima Imana nubwo nacitse amaboko. Kuva nacika amaboko sindabura ibyo kurya. Sindaburara cyangwa ngo mbwirirwe. Ndashima Imana ku bwa Shushu. Ndashima Imana yuko yamundereye akaba ageze aha. Yagiye agira agahinda yuko Mama we adafite amaboko ariko ajya ambwira ati: "Imana ikunda abafite amaboko igakunda n'abadafite amaboko."

XII. Ntukuze

Kera nkiri umwana, najyaga nkunda kwitegereza inka cyane, ngakurikira abashumba ku gasozi aho baragiye, nkareba uburyo zirisha, n'uburyo zigenda. Hari ahantu twashoraga inka mu kabande k'iwacu hitwaga mu wa Kirehe hamanukaga cyane. Yari inzira irimo ibikuku n'imyobo, ku buryo hari aho wageraga ukagenda ufata hasi kugirango utagwa.

Iyo inka zamaraga kunywa mu wa Kirehe, zabyagiraga ku ibuga ryari aho hafi zigatangira zikagarura ibyo zarishije mu kanwa, zikabitapfuna, zarangiza zikabisubiza mu gifu, nanjye ibwo ni ko nitegereza aho bivuye n'aho bisubiye. Ubwo zamaraga nk'isaha imwe, tukongera kandi tukazishorera tukajya gushaka ahandi zirisha. Ku bantu baragiye inka, ibi mvuga ntabwo ari ibintu bishyashya.

Mwibuke yuko iyo inka zigeze ahantu hari ubwatsi butoshye, zirisha ubwatsi vuba na vuba zikihutira ku bumira, ku buryo ahantu inka zarishije wagirango hanyuze ya mashini kabuhariwe abazungu bakoresha mu gukata ibyatsi. Iyo twacyuraga inka zimaze kubyagira mu rugo, zarongeraga kandi zikagarura ibyo zarishije mu kanwa nkabona zirongeye ziratapfunnye, zigasubiza mu nda.

Aho ngiriye mu ishuri naje kumenya ko igifu cy'inka gifite ibyumba bine. Kimwe muri byo byumba ni kinini ku buryo gishobora kujyamo litiro zirenga 180. Icyo cyumba kibikwamo ibyatsi inka yarishije byose, ariko bitanoze neza. Iyo inka imaze kubyagira iruhuka, ivana bya byatsi bitanoze mu cyumba kinini, ikabigarura mu kanwa ikongera ikabitapfuna. Icyo cyumba cya mbere ni nk'ububiko bw'agateganyo.

Iyo inka imaze kubyagira irangije kurisha, iratangira ikagarura bya byatsi bitanoze mu kanwa igatangira kubitapfuna yitonze. Ibi ni byo twita kwuza, ni ugukanjakanja ibintu biturutse mu gifu kugirango byongere kandi byoherezwe mu kindi cyumba cy'igifu, mbere yo kuboneza bijya mu mara. Ijambo kwuza ni ijambo rikunze gukoreshwa ku matungo yose arisha: Inka, ihene, intama, ingamiya n'izindi nyamaswa zitunzwe no kurisha. Uti ese kwuza bifitanye iyihe sano no kubabarira?

Igihe kimwe nari ndi mu modoka mvuye ku kazi, noneho nsubije amaso inyuma nza kwibuka umuntu wavuze ibintu birambabaza. Ntangira kwibona nganira n'uwo muntu mubwira uburyo amagambo yavuze yankomerekeje. Mu gihe nari ngitekereza kuri uwo muntu, numvise muri jye ijambo ngo, "Ntukuze". Iri jambo dukunze kurikoresha ku nyamaswa, ariko igihe cyose dutekereje abatugiriye nabi bagafata umwanya munini muri twe, tukabibazaho byinshi, tugatongana na bo mu mutima, ubwo natwe tuba turimo kwuza.

Kwuza ni ukurara wibaza ku muntu waguhemukiye, akakubuza epfo naruguru, ukarara wigaragura mu buriri. Iyo uri umuntu wuza, abakubona ntabwo babona ibyo urimo kuza, keretse wowe ubwawe. Uryama utaryamye, ugaseka udasetse, usenga udasenze, ukabaho utariho.

Umuntu ashoboye gutekereza kw'ijambo ry'Imana nk'uko atekereza ku bamuhemukiye, ntabwo rishobora kumuvamo. Birumvikana ko kwuza ijmbo ry'Imana bitandukanye no kwuza inzika ufitiye umuntu, cyangwa akababaro yaguteye. Akenshi umuntu wuza ntabwo ari we uba warahemutse, ahubwo aba yarananiwe kuruhuka cyangwa kubabarira burundu abamuhemukiye. Aba akibikoreye ku mutwe, kandi uyu mutwaro uba umushengura. Imana ntabwo yaturemeye kwuza urwango n'ubugome. Imana yaturemeye kugirango tuyikunde kandi dukunde bagenzi bacu, ndetse n'abanzi bacu.

Kwuza ni iby'inka n'izindi nyamaswa zitunzwe no kurisha. Inka ntishobora kubaho ituza, keretse uhinduye imikorere y'igifu cyayo, cyangwa ukagihindura ugisimbuza igifu cy'indi nyamaswa. Uko ni ko natwe tudashobora kwiyibagiza abadukomerekeje, keretse Kristo ahinduye kamere yacu. Kuva nagira guhishurirwa no gutekereza kuri iri jambo "kwuza", numvise muri jye ngize gusaba Imana ngo impe imbaraga zo kubabarira no kubohora abampemukiye bose.

Nawe rero mugenzi wanjye, nagirango nkwibutse

75

nanjye niyibutsa ngo tureke kwuza ibyo twakorewe n'abandi, nubwo wireba ukumva nta makosa waba ufite mu byakubayeho, sigaho kwuza kuko mu kwuza niho ibitunga umubiri bituruka. Iyo inka irimo kwuza, ibonamo akayabo k'ibitunga umubiri. Nawe ni wuza urwango, uzavanamo ibigutunga ari byo rwango. Ni wuza ishyari, uzatungwa n'iryo shyari rigutembere mu maraso no mu ngingo zawe.

Ni wuza kwihorera, uzahora ubigendana muri wowe, amaherezo uzicana cyangwa wiyahure, cyangwa bagufunge. Ariko ni wuza urukundo, uzatungwa na rwo. Ni wuza kugira ubuntu, kwihangana, no kubabarira, bizakubera ibitunga ubugingo. Niwuza amahoro, azagutemberamo uhereye mu bworo bw'ikirenge ugeze mu gitwariro. Niwuza kugira neza bizakuzura bigutungire umubiri na roho.

Birakwiye ko imbuto z'Umwuka Wera zose (kwihangana, kugira neza, kutagira ishyari, kutirarira, kutihimbaza, kudakora ibiteye isoni, kudashaka ibyarwo, kudahutiraho, kudatekereza ikibi ku bantu, kutishimira gukiranirwa kw'abandi, kwishimira ukuri, kubabarira byose, kwizera byose, kwiringira byose, kwihanganira byose) zitubera ibitunga umubiri. *"Ntimukagire undi mwenda wose keretse urukundo"* (Abaroma 13:8)

Nigeze kumara igihe nkora kure y'ishuri nigishagaho, maze nza gutekereza gukodesha inzu yanjye kugirango nimuke njye gutura hafi y'aho nakoraga. Mu gihe nari ndi mu nzira zo gukodesha inzu twabagamo, hari byinshi nize ku byerekeye amategeko agenga Leta y'igihugu dutuyemo mu mikodeshereze y'amazu. Ushobora gukodesha umuntu buri kwezi cyangwa se ugasinyana na we amasezerano asubirwamo buri mwaka.

Ushobora gukodesha n'umuntu mwanditse cyangwa se ugakodesha na we mu magambo. Nyir'inzu afite uburenganzira bwe, n'ukodesha na we akagira uburenganzira bwe. Ikindi nize ni uko inzu ifite ibyumba bitatu ushobora kuyikodesha abantu batatu bose mugasinyana amasezerano. Ikindi kandi, iyo ukodesha acumbikiye abantu bafite imyaka igeze kuri cumi n'umunani cyangwa irenga, abo bose bagomba gusinya amasezerano y'ubukode. Igitangaje nasanze muri ayo mategeko ni uko iyo wamaze guha umuntu imfunguzo z'inzu yawe mukodesheje nta burenganzira ufite bwo kumusohoramo ku ngufu igihe cyose wishakiye, yakwishyura ku gihe, atakwishyura, ugomba kubinyuza mu mategeko.

Nubwo inzu ari iyawe, ariko uwamaze kuyigeramo agashyiramo ibintu bye na we ni umuntu ufite uburenganzira bw'ikiremwa muntu. Ugomba kumwubaha kandi ukubahiriza n'uburenganzira bwe, utitwaje ngo inzu ni iyawe. Yego inzu ni iyawe koko, ariko na we ni umuntu. Ugomba kumwubaha, ukubaha imbwa yazanyemo, injangwe, imbeba cyangwa inzoka, niba ari umuntu wikundira utwo dusimba. Kugirango amahane azabe make nimugera mu rukiko, ni ngombwa kumenya amategeko agenga ubukode mu ntara ubarizwamo, naho ubundi wazabura icyo mu Kinyarwanda bita intama n'ibyuma. Uti, gukodesha inzu bihuriye he no kubabarira?

Kubabarira bivuga ko hari umuntu wagukoreye ikintu

cy'ubugome cyakubabaje. Igihe cyose utarababarira, ubwo bugome yakugiriye buguhora mu mutwe buzenguruka. Ibitekerezo byawe bigukoza hirya no hino, ugasa n'umuntu wibereye mu isi yawe wenyine. Mu yandi magambo, ibyo bitekerezo biba bisa nk'aho byakodesheje umutima wawe wose, cyangwa ibyumba bimwe by'umutima wawe, dore ko umutima bavuga ngo ugira ibyumba byinshi.

Kubera ko ari wowe ugenga ibitekerezo byawe, ushobora kubiha icyumba kimwe, ibyumba bibiri cyangwa umutima wose. Ushobora no kwemerera ibyo bitekerezo bibi kuza kuraramo buri munsi bwacya bigataha bikazagaruka ijoro rikurikiyeho. Byose biterwa n'amasezerano mwagiranye! Mushobora kugirana amasezerano yo kuzajya ubyemerera kuza rimwe mu cyumweru, rimwe mu kwezi, cyangwa rimwe mu mwaka, nkuko ushatse wabyemerera kuza gutura burundu.

Iyo wemereye ibitekerezo bibi kuza bigatura iwawe, mukabana akaramata, biba bimeze nka wa muntu wakodesheje ubutazavamo, muba mwasinyanye amasezerano y'igihe kirekire. Iyo ubyihana bikongera bikagaruka, usa n'uvuguruye amasezerano y'ubukode aho kuyakuraho burundu. Ni ukuvuga ko uba umeze nka ya nka imaze kubyagira ikagarura ibyo yariye ikabyuza. Kugirango ubwo bukode cyangwa ayo masezerano wagiranye n'icyaha aseswe burundu, bisaba imbaraga z'Imana. Izo mbaraga ni zo ukeneye, nanjye nkeneye.

Ntunyumve nabi, ndakubwira nanjye nibwira, ndagusabira nanjye nisabira. Kubabarira harimo umugisha, kubabarira harimo inyungu z'uburyo bwose. Kubabarira ni ibya buri wese. Intumwa Pawulo yandikira Timoteyo iravuga iti, "Iri jambo ni iry'ukuri kandi rikwiye kwemerwa na bose: Kristo Yezu yazanywe ku isi no gukiza abanyabyaha, kandi mu banyabyaha ni jye wa mbere." (1 Timoteyo 1:15, Bibiliya Ijambo ry'Imana).

Igihe cyose tukiri mu isi tuzababaza abantu na bo batubabaze. Ariko agahinda cyangwa ubuhemu twagiriwe n'abandi ntibigomba guhabwa intebe muri twe ngo bidutegeke uko tugomba kubaho. Ntabwo dufite ubushobozi bwo guhindura amateka y'ibyatubayeho, ariko dufite inshingano zo kubirenga no guhindura ejo hazaza hacu. Ibyo byose tubishobozwa n'imbaraga Imana itanga, ariko izo mbaraga zikora iyo dufite ubushake kandi twiteguye kuzakira.

Icyo twakora kugirango duhindure ejo hazaza hacu ni ugutanga imibiri yacu ikaba ibitambo bizima bishimwa n'Imana, kuko ari ko kuyikorera kwacu gukwiriye, kandi ntitwishushanye n'abiki gihe ahubwo tugahinduka rwose, tugize imitima mishya, kugirango tumenye neza ibyo Imana ishaka, ari byo byiza, bishimwa, kandi bitunganye rwose (Abaroma 12: 1-2). Iyo umuntu yitanze akiha Imana nk'igitambo aba yihakanye kwigenga, akemerera Imana kumukoresha icyo ishatse cyose. Icyo gihe ntabwo aba akigenda nk'uko ab'isi bagenda ahubwo haba guhinduka mu mutima we ni ukuvuga mu mivugire ye, mu mitekerereze ye, mu mikorere ye yose. Uko guhinduka ni ko kudutera kumenya ubushake bw'Imana tukabugenderamo.

Guhora umuntu atekereza ubugome bamugiriye, ukarara ari bwo utekereza, akabyuka ari bwo yibazaho, bigira ingaruka mbi ku buzima. Ntabwo ushobora gusiba mu mutwe wawe ibyakubayeho, ariko na none ntibigomba kuguhindukira ifunguro rya buri munsi.

Ubugome abantu bakugiriye ntibugomba kubyara ubundi bugome muri wowe. Iyo habaye guhinduka muri wowe, iyo wibutse ibya kubayeho ugira agahinda koko, ariko ako gahinda kagutera impuhwe aho kugutera kwihorera no kugira inzika. Iyo habaye guhinduka muri wowe, kwibuka uribuka, ariko ugasengera uwo mugome.

Iyo habaye guhinduka mu mutima, ntabwo utura mu mateka wanyuzemo, ahubwo ugira ubutware bwo kureba imbere, ukavuga uti ubuzima burakomeza. Uhitamo kutaba mu munyururu w'abaguhemukiye, ukavuga uti, ibyiza biri imbere.

Kugendana ubusharire bw'uwaguhemukiye, ugahora ukubita agatoki ku kandi, ugaha inzigo kwarika muri wowe bizakwicira ubuzima. Dr. Fred Luskin agereranya ibyo bitekerezo bibi no guhora ureba umuyoboro wa televiziyo uriho ibintu bibi gusa. Igihe kirageze kugirango duhindure imiyoboro tumaze imyaka tureba.

XIII. Imiyoboro Itanu

Ku bantu bakunda kureba televiziyo, murabizi ko habaho imiyoboro myinshi. Hari umuyoboro w'amakuru yo hirya no hino ku isi, umuyoboro uvuga amateka y'ibyabayeho mu gace runaka, umuyoboro w'abakina amafilimi, umuyoboro w'ubumenyi bw'isi, umuyoboro w'abigisha guteka, umuyoboro w'ivugabutumwa n'iyindi n'iyindi.

Fred Luskin agereranya imiyoboro ya televiziyo n'imiyoboro ikorera mu mitwe yacu. Iyo umuntu ahora atekereza agahinda yatewe n'undi, aba arimo kureba umuyoboro w'agahinda. Hari abantu bamwe kakunda kwirebera umuyoboro wo kwihorera, umuyoboro w'uburakari, umuyoboro w'umujinya, cyangwa umuyoboro w'urwango.

Iyo miyoboro yose iba mu mitwe yacu ariko ni twebwe dufite ka gakoresho gahindura imiyoboro mu ntoki zacu bita "rimoti". Dufite uburenganzira bwo guhindura umuyoboro turi kureba, tukareba udufitiye akamaro. Dore imwe mu miyoboro itanu twagombye guhora tureba:

1. Umuyoboro w'Ishimwe

Byuka mu gitondo ushime Imana ugihumeka. Shima Imana ku bw'izuba cyangwa imvura. Shima Imana ku bw'abana n'umufasha yaguhaye, waba ufite ibibazo by'abana cyangwa utabifite, wibuke ko abana ari umugisha atari umuvumo. Waba ufite ibibazo n'uwo mwashakanye cyangwa utabifite, ushime Imana uko biri kose kuko mu gushima harimo imbaraga.

Niba ufite inshuti, ushime Imana ku bw'izo nshuti, niba ugifite ababyeyi cyangwa batakiriho, ariko hakaba hari ikintu wibuka cyiza bagukoreye, ubishimire Imana. Shima

Imana ku bw'umuntu mwahuye mu mangazini cyangwa ku bitaro, cyangwa aho bategera bisi akagusuhuza, akakwereka ineza n'urukundo utamuzi. Shima Imana kuko wavutse, kandi Imana ikaba igufitiye imigambi myiza, Shima Imana ku bw'agace wavukiyemo n'agace utuyemo. Shima Imana ku bw'abantu beza basigaye ku isi. Sigaho kureba abagome gusa.

Nkuko nigeze kubivuga haruguru, abantu bose ntabwo ari abagome. Abantu bose ntibakwanga. Abantu bose ntibagusuzugura. Haracyari abana beza ku isi, haracyari inshuti nziza ku isi. Haracyari abahungu n'abakobwa beza. Haracyari abaturanyi beza. Haracyari abagabo n'abagore beza.

Mu yandi magambo, haracyari ibyiringiro. Nubwo abantu benshi bahindutse, ariko si bose. Nubwo abantu benshi babaye ba nyamwigendaho, ariko si bose. Nubwo inshuti zimwe zaguhanye, zikaguhemukira, zikagutaba mu nama, ariko si zose. Abeza bari mu moko yose no mu mpande enye z'isi. Abeza uzabasanga mu Rwanda imbere no hanze yarwo. Abanyarwanda bose ntabwo ari abantu babi, abaturanyi bose ntibagira umushiha, abakozi bose mukorana ntibagira irondakoko, abategetsi bose ku isi ntabwo ari babi, abantu bose ntabwo ari abagome, abantu bose ntabwo ari abicanyi, abantu bose ntabwo baguteye ibibazo ufite.

Kunda ubuzima, kunda Imana, shima abantu beza uzi bakiriho kandi ntaho batari. Shima Imana, kandi ukomeze urugendo kuko ibyiza birakuzengurutse kandi hari n'ibindi biri imbere. Mu gushima harimo imbaraga zidasanzwe:

Ndashima Imana ko Ngihumeka Umwuka w'Abazima!

Mu gihe nari hafi kurangiza kwandika iki gitabo, nagize akazi kenshi gatewe no kwimukira mu wundi mujyi wari mu isaha imwe y'aho twari dutuye. Ibi byansabaga guterura ibintu, mbivana mu makarito mbyinjiza mu nzu. Mu gitondo cy'umunsi wa mbere, italiki ya 18 za Mutarama (ndabyibuka icyo gihe hari ku munsi wa Martin Luther King), nazindukiye mu igaraji ngo ngerageze kuhatunganya, nshyire ibintu uruhande rumwe.

Maze nk'amasaha abiri nterura ibintu umugongo utangira kumbabaza. Nkomeza gukora buhoro ariko bigezeho numva intege zibaye nkeya kubera uburibwe bwari bumaze kwiyongera. Umunsi wakurikiyeho bwakeye uburibwe bwiyongereye cyane, ngiye kwa muganga imiti bampaye ntiyagira icyo imarira. Icyumweru cyagiye gushira nakwicara sinshobore kwihagurutsa, nahaguruka kwicara na bwo bikambera ikindi kibazo. Kuva ku gitanda nagombaga kubanza kwihengeka amavi yagera hasi, nkagenda mfukamye nerekera ku musozo w'igitanda ngo ndebe ko nawegukiraho. Nakweguka nkongera ngasubira hasi.

Nari mfite uburibwe ku buryo byageze aho ntashobora kwiyambika ipantalo n'amasogisi. Umugoroba umwe umuhungu wanjye yanzaniye ikibando cyo guhagurukiraho, abana bose n'umugore bankoraniraho ngo bampagurutse mu ntebe ariko biranga biba iby' ubusa. Ibi byanteye kwibaza byinshi ku buzima nsanzwe menyereye.

Najyaga mbaduka ku buriri nirukira muri douche, nsiganwa n'amasaha. Ntabwo mu buzima bwanjye nari narigeze ntekereza ko guhaguruka ugahagarara ari ikintu nkwiriye gushimira Imana. Igihe cyarageze Imana inkiza umugongo, ariko insigira isomo ntazigera nibagirwa:

Guhaguruka ugahagarara ni ubuntu butangaje. Ni igitangaza mu bitangaza, ariko iyo ari ibintu ukora buri munsi, ugezaho ukibwira ko ariko bigomba kumera. Kugenda no guhumeka hari ubwo tugezaho tukumva ari uburenganzira bwacu. Iyo hagize igihungabanya gahunda y'imikorere umubiri wamenyereye wumva waburana nkaho ari wowe wabyihaye.

Gutera intambwe imwe, ugatambuka ugatera indi, ni ubuntu bugeretse ku bundi. Ibintu twashimira Imana ntabwo twabona aho twabihera n'aho twabirangiza. Tumeze nk'abatuye mu nyanja yitwa Buntu. Nubwo tutari beza, Imana itugirira ubuntu umunsi ku wundi. Umuhanuzi Yeremiya yarabigenzuye aravuga ati, "Imbabazi z'Uwiteka ni zo zituma tudashiraho, kuko ibambe rye ritabura. Zihora zunguka uko bukeye, Umurava wawe ni munini." (Amaganya ya Yeremiya 3:22-23).

Ni ngombwa guhora tuzirikana ko ubuntu n'imbabazi by'Imana ari byo bituma tudashiraho. Imana ishimwe kuko wowe nanjye tugihumeka umwuka w'abazima. Hari umwana kera wari inshuti yanjye witwaga Janine ntazigera nibagirwa. Yajyaga akunda kuririmba indirimbo ya Zaburi y'103 agira ati:

1. *Wa mutima wanjye we, shim' Uwiteka. Mwa bindimo byose mwe, mushime*

Njye mpimbaz' izina rye, ne kwibagirwa Iby'Imana yankoreye byose. Imbabarir' ibyaha nakoze byose. Ni y'inkiz' indwara zamugaje. Inyambik' imbabazi zayo nk'ikamba, Ikampaz' ibyiza bidashira.

2. *Ijy' ikor' ibyo gukiranuka gusa. N'abarenganyw' ikabarengera. Ic' imanza*

ziboneye zitabera, Kand' igir' imbabazi n'ibambe. Imenyesh' abayubah' inzirazayo Uwitek' atinda kurakara ; Umujinya ntiyawuguman' iteka. Akunda kugirira nez' abe.

3. *Uwiteka ntiyatwituy' ibihwanye n'ibicumuro twamucumuye, Kandi nkukw ijuru*

rye ryitaruy' isi. Ni kw' imbabaz' agira zingana. Ibuvazuba n'iburengerazuba. Dor'

uko hitaruye kure pe. Ni ko yajyanye n'ibicumuro byacu Kure yacu. Turamuhimbaza !

4. *Nkuko se w'aban' abagirir' ibambe, Ni kw Imana yac' irigirira Abantu bayubaha,*

kukw izi neza ubukene bwacu n'intege nke. Iz' ubugingo bwacu ko

butarama ; Buhwanye n'ubwatsi bushiraho. Ntibutinda ; si nka za mbabazi zayo, Zo ntizizashir' iteka ryose.

5. *Uwitonder' isezerano ry'Imana, Ni ryo ryakomejwe n'amaraso*

Ayo Yes' Umwana w'Intama yavuye, Kand' akumvir' ibyo yategetse,

Ni w' ugirirwa neza n'Iman' iteka, Non' akiri mw isi no

85

mw ijuru, Iman' izamwerek' imbabazi zayo N'umurava no gukiranuka.

Uyu munsi mfite ibintu cumi ngirango nshimire Imana, kandi nagirango ufatanye najye gushima :

1.Shima Imana ko ushobora kubyuka, ugahagarara

2.Shima Imana yuko ushobora gutera intambwe ukagenda

3.Shima Imana yuko ushobora kwiyambika utagombye guhamagara abagufasha

4.Shima Imana yuko iguha ifunguro rya buri munsi.

5. Shima Imana yuko ushobora kwiyicaza mu modoka ugatwara, cyangwa ukajya mu murima ugahinga, ugatera intabire, cyangwa ugatashya inkwi.

6.Shima Imana ko ushobora kwisukira amazi yo kunywa, kandi ukayahereza n'utayafite

7.Shima Imana yuko ushobora kurambura Bibliiya, ukabona ibyo kurya bitunga ubugingo kandi ukabisangira n'abandi babikeneye

8.Shima Imana yuko ushobora kurebesha amaso no kumvisha amatwi. Niba udashobora no kuvuga cyangwa kurebesha amaso y'umubiri, nabwo shima Imana ko uhumeka umwuka w'abazima. Niba ubana n'ubumuga nabwo ushime Imana.

9.Shima Imana yuko ushobora kuvuga no kuririmbira Imana. Nubwo utari umuhanzi w'ikirangirire, nabwo shima Imana.

10.Shima Imana yuko yakwongereye iminsi yo kubaho ngo uyiheshe icyibahiro. Mu bibaho byose duhore dushima, kuko ari byo Imana idushakaho muri Kristo Yesu (1Abatesalonike 5:18)

2. Umuyoboro wo Kubabarira

Egera abantu banyuze mu mateka asa n'ayawe kandi bashoboye kubabarira ubabaze uburyo babigenje. Reka kwikingirana mu kazitiro k'umubabaro watewe n'abantu ngo kakubere ubuvumo. Sohokamo amaganya yawe uyabwire inshuti wizeye, ganiriza mugenzi wawe ugamije kunesha ikibi atari ukukibagarira.

Ibuka ibintu bimwe wagiye wihanganira, ukabibabarira, wibuke ko n'ibindi wabibabarira. Ibuka ko turi mu isi yagwiriwe n'icyaha kandi ko mu banyabyaha, wowe nanjye turi ku rutonde rwa mbere.

Zirikana ko wababariwe, kandi ko uhora ubabarirwa maze nawe bigutere intege zo kubabarira. Soma ibitabo by'abantu bababaye ariko bakababarira. Soma inkuru zo muri Bibiliya zivuga kubabarira, soma inkuru ya Yosefu, uburyo yanzwe na bene se, bakamukorera ibya mfura mbi, ariko kw'iherezo yarangiza akababababarira, Soma inkuru ya Sitefano, Daniyeli, n'abandi bagiye banyura mu bikomeye, ariko Imana ikabaha inema yo kubabarira.

Ibuka Yesu ari ku musaraba ijambo yavuze, ati: "Data ubababarire kuko batazi icyo bakora" Zirikana ko abantu baguhemukira baba batazi icyo bakora. Zirikana ko umwanzi wawe atari mugenzi wawe ahubwo ko ari Sekibi maze umurwanye wivuye inyuma, na we azaguhunga. Zirikana kwimenya no kwirinda kuba umucamanza w'abandi kandi wibuke ko guhora atari ukwawe.

Babarira abantu bakuvugiriza ihoni mu muhanda ntacyo ubatwaye, ubabarire abantu bakwanga ntacyo ubatwaye. Komeza urebe umuyoboro wo kubabarira, uwutumbire, uwuhozeho amaso, uzajya kubona ubone ubabariye n'ibintu wibwiraga ko bidashoboka.

3. Umuyoboro w'Urukundo

Uyu muyoboro uzawusangaho urukundo rw'Imana. Zirikana uburyo Imana ikuzi kandi igukunda bihebuje. Mu bantu milliyari indwi zituye iyi si, uri mu bantu bazwi n'Imana. Ugukozeho aba akoze mu mboni y'ijisho ryayo. Ntabwo izakomeza kurebera ubugome abantu bakugirira, ntabwo Imana ishimishijwe n'uko abaguhemukiye bakugize.

Imana iragukunda kandi yitaye ku buzima bwawe. Nta gasatsi na kamwe ko ku mutwe wawe gashobora kukuvaho ngo kagwe hasi Imana itabizi. Imana igaburira inyoni, ikambika uburabyo bwo mu gasozi ni yo Mana yawe. Ibuka aho yakuvanye naho ikugejeje. Iyo hataba ku bwayo ubu ntabwo uba ucyibukwa.

Korali Abasaruzi ni yo yigeze kuririmba ngo "abasore beza n'abakobwa bitondaga bagiye ureba". Iyo Korali ikomeza ibaza iti "Mwana wa Adamu, ni iki watanze cyatumye urindwa kugez'aha". Orchestre Impala na yo iti,"nta cyo twatanze ngo dukunde turame".

Ntabwo ibi bivuga ko abagiye Imana yabangaga, ariko nta nubwo bivuga ko abasigaye Imana ibanga. Mu bibaho byose tugomba gusomamo urukundo rw'Imana, twaba turi mu isi cyangwa turi mu ijuru. Ni yo mpamvu Pawulo yavuze ati, "Kubaho ni Kristo kandi gupfa bimbereye inyungu."

Uriho ku bw'urukundo rw'Imana. Uriho ku bw'umugambi wayo. Kubaho kwawe ni Kristo. Urukundo rw'Imana rurakuzengurutse. Nuguma kureba uwo muyoboro w'Urukundo, uzahasanga ibimenyetso simusiga bikwereka ko Imana igukunda. Niba hari n'abantu bakwanga barata igihe cyabo kuko atari bo Mana. Wihangayikishwa na bo, ahubwo uko ubibutse, ubagirire impuhwe kuko na bo atari bo.

Nukomeza gutumbira urukundo rw'Imana, amaso yawe ntarebe ibibi akareba ibyiza, uzajya kubona ubone watangiye guhinduka no kwera imbuto z'urukundo. Twese dukomeje kwirebera umuyoboro w'urukundo, iyi si yacu yagira amahoro.

4. Umuyoboro w'Ibyiringiro

Hari umuntu twigeze kuganira arambwira ngo iyo umuntu ahora areba umuyoboro wo kumuca intege, aba agenda ikigongogongo. Iyo amaso yawe ahora ku bibi wagiriwe, ntabwo ushobora gutera imbere. Nureba umuyoboro w'ibyiringiro, uzasanga ko ubuzima bugikomeje. Wapfushije abana n'inshuti, ariko uracyariho. Baraguteye baragusahura bagusiga iheruheru, ariko uracyariho. Nuhoza amaso yawe kuri uyu muyoboro, uzasanga ko hari amasezerano yawe atarasohora.

Hari ibintu Imana yakuvuzeho utarabona kandi ugomba kubitegereza. Abantu bafite ibyiringiro barangwa no gukora, barangwa no guseka, barangwa n'amahoro. Niba utekereza ko ari wowe wagowe gusa kuri iyi si, sibyo, uribeshya. Gerageza gushaka abandi muhuje ibibazo. Bashake ushyizeho umwete, uzasanga ari benshi iruhande rwawe. Babwire ubuhamya bwawe, nurangiza ubatege amatwi. Bara imigisha yabo ubare n'imigisha yawe, hari ubwo wazasanga imigisha yawe ihebuje iyabo. Nkuko umuririmbyi umwe yavuze, bara iyo migisha yawe ntusige n'umwe, uzasanga ari myinshi yo gutangaza. Ibuka wa mugani w'ikinyarwanda ngo nta joro ridacya.

Ibintu waciyemo cyangwa uri gucamo ntibibuza ubuzima bwawe gukomeza. Reba umuyoboro w'ibyiringiro, kora imirimo yawe buri munsi. Wicika intege, uracyafite ubutumwa ugomba gusohoza kuri iyi si. Ntabwo ari wowe wenyine wanyagiwe. Ntabwo ari wowe wenyine wagowe. Shyira ibyiringiro byawe mu Mana, kandi ukomeze kugenda utareba inyuma.

Reka kugenda uhindagura iyi mirongo, ngo usange mu mwanya uri kureba inkuru z'ibyiringiro, mu wundi mwanya uri kureba umuyoboro w'amaganya no gutega amatwi abaguca intege. Nuhanga amaso ku muyoboro w'ibyiringiro, uzasanga harimo inyungu zitabarika. Kurikirana izo nkuru, uzicukumbure nk'ushaka izahabu, numara kuzibona uzisangire n'abandi utabashakamo inyungu. Tangira ubuntu, ubuntu wagiriwe. Sangira ibyiringiro byawe n'abadafite na duke.

5. Umuyoboro w'Ijambo ry'Imana

Uyu ni umuyoboro iyindi yose ihuriraho. Ijambo ry'Imana ni inkota. Iyi nkota iyo utayikoresheje neza nawe ubwawe ishobora kugukomeretsa cyangwa igakomeretsa abo ukunda, cyane cyane iyo uyikoresheje ugamije kubaciraho iteka, utagamije kububaka. Iyi nkota ni iyo kurwanya Sekibi no kumuhashya, ntabwo ari iyo kurwanya mugenzi wawe.

Ijambo ry'Imana ni inyundo. Inyundo iramena igasandaza. Inyundo irasenya kandi ikubaka. Wari uzi ko ushobora gusomera umurongo wa Bibiliya umuntu ufite ibibazo byamurenze aho kugirango umwubake akumva umutuyeho urutare, cyangwa umukubise inyundo.

Ushobora kwihutira kuvuga Ijambo mu gihe kitari cyo, n'iyo ryaba ari Ijambo ry'Imana, ugasa n'uteye umuntu inkota. Gukoresha inkota mu gihe kitari cyo birica. Hari ubwo umuntu ufite ibibazo aba akaneye ko umwicara iruhande, ugaceceka gusa, ukamutega amatwi, ukamwereka urukundo.

Ijambo ry'Imana ni umuriro, umuriro uratwika ugakongora. Dukeneye gukoresha umuriro dutwika ibyaha, nkuko mushiki wanjye wajyaga akunda gusenga agira ati, "Ibitagushimishije bikubitwe hasi mu Izina rya Yesu". Ijambo ry'Imana ritwika ibibi byakunaniye. Ririca, kandi rikarema. Ijambo ry'Imana ni ryo ryaremye iyi si.

Imana yavuze ijambo rimwe gusa, isi n'ijuru bibaho. Ijambo ryaturutse mu kanwa k'Isumba byose riteye

91

ubwoba. Ntekereza ko ahari ari nayo mpamvu Imana
igirana urubanza n'umuntu utizera ibyo yavuze. Ijambo
ry'Imana rireza, rikaduhesha gukira indwara.

Gutumbira ijambo ry'Imana no kuryizera biduhesha
kuba inshuti z'Imana no kuragwa ubugingo buhoraho.
Ijambo ry'Imana ni indorerwamo. Nituyirebamo
tuzimenya, tumenye uko dusa, tumenye n'ibyo dukwiriye
gutunganya mu bugingo bwacu. Nituyirebamo tuzamenya
Imana. Tuzamenya uburebure n'ubugari bw'urukundo
rwayo. Tuzamenya ko Imana Yera kandi ikiranuka.
Tuzamenya ubuntu bwayo butarondoreka, tumenye
n'amahoro Imana itanga, amwe Pawulo yavuze ngo aruta
ayo umuntu yamenya.

Ijambo ry'Imana ni ubutunzi buruta izahabu n'ifeza.
Ryuzuyemo ubwenge buruta ubw'abanyabwenge baminuje
hano kuri iyi si. Kureba umuyoboro w'Ijambo ry'Imana
bizatuvana mu bujiji kuko tuzamenya ko kubaha Uwiteka
ari ubuhanga kandi kuva mu byaha ari ko kujijuka. Ijambo
ry'Imana ni isoko imara inyota. Amagambo ya Yesu ni yo
bugingo, kandi yavuze ko uyizera atazagira inyota na hato
kuko azamubera isoko ihora idudubiza kugeza ku bugingo
buhoraho.

Uyu muyoboro ndawukunda ariko kuwureba no
kuwutumbira bijya bingora. Icyaduha ngo wowe nanjye
duhore duhanze amaso kuri uyu muyoboro w'Ijambo
ry'Imana. Abawuhozaho amaso nta kintu na kimwe babura,
bafite ubutunzi bwinshi.

Abumva Ijambo ry'Imana bakaryumvira (atari

abaryumva gusa) ni abakire bo mu rwego rwo hejuru. Mu Ijambo ry'Imana harimo byose, kandi ufite JAMBO aba afite byose. Ufite JAMBO, aba afite Imana kandi ufite Imana muri we aba yuzuye.

XIV. Zimwe mu Nyungu Zizanwa no Kubabarira

Izi nyungu zo kubabarira zihuriweho n'abashakashatsi benshi barimo Dogiteri Fred Luskin wanditse igitabo yise, "Babarira Burundu".

1. **Kubabarira ni impano twiha ubwacu, mbere yo kuyiha abandi.** Hari uwakwibaza ati "Ese umuntu ashobora gukunda abandi bantu akiyanga?" Iyo Bibiliya ivuga ngo ukunde mugenzi wawe nk'uko wikunda, birumvikana ko umuntu agomba kwikunda, noneho urukundo yikunda rukaba igipimo ageresha urukundo akunda abandi bantu. Kwiyanga ni ukwanga ikiremwa muntu Imana yashyize kuri iyi si.

Kwiyanga, kwisuzugura, kwiyandarika, kwihemukira, kwiheba, kwiyahura, kwigirira nabi n'ibindi…. ubwo bwose ni ubugome tugomba kwirinda kwigirira no kugirira abandi. Tugomba kubabarira abandi, ariko natwe ubwacu tukibabarira. Iyo tubabariye abaduhemukiye, tuba twihaye impano yo kwibohora. Iyo twibabariye, natwe ubwacu tuba twibohoye. Ntabwo ushobora gukunda abandi mu gihe wowe ubwawe wiyanga.

93

2. Iyo tubabariye duhindura ejo hacu hazaza: Nkuko nigeze kubivuga mbere, ntabwo agahinda cyangwa umubabaro twatewe n'undi muntu bifite ubushobozi bwo guhagarika ubuzima, keretse iyo twebwe ubwacu tubihaye ingufu. Tuzabiha ingufu igihe cyose duhanze amaso ku miyoboro iduca intege, imiyoboro y'inzangano n'amatiku, imiyoboro yo kwiganyira no guhora twitotomba.

Kugirango duhindure ejo hazaza, tugomba guhindura imiyoboro ya televiziyo tureba buri munsi. Imana ni yo ifite urufunguzo rw'ibizaba, ariko yaduhaye ububasha n'inema byo guhitamo hagati y'icyiza n'ikibi. Ntabwo Imana ikoresha agahato cyangwa igitugu, ahubwo iduha uburenganzira, ariko ikanatugira inama y'icyo tugomba guhitamo.

3. Kubabarira bifasha ubuzima bwacu

a. Kubabarira bituma umutima wacu uba muzima: Uzarebe iyo umutima wawe wuzuyemo ubusharire n'urwango rw'umuntu waguhemukiye, umutima uratera cyane iyo wibutse uwo muntu. Kubabarira bizazana ituze mu mutima wawe, kandi n'umubiri wawe wose uzagubwa neza.

b. Kubabarira bitera umubiri wacu kugubwa neza, bikaduha ituze mu bitekerezo no mu byiyumviro byacu. Kubabarira bigabanya guhangayika mu buzima (stress). Kubabarira biringaniza umuvuduko w'amaraso mu miheha itembereza amaraso mu mubiri wacu.

c. Kubabarira byongera iminsi yacu yo kubaho.

Mfite inshuti twakoranye (mu mujyi wa California) yitwa Yakobo. Mu gihe ndi kwandika iki gitabo, nyina wa Yakobo yujuje imyaka ijana n'umwe. NageragUje kubaza Yakobo ubuzima bwa nyina, ambwira yuko mu buzima bwe nyina yagiye arangwa n'urukundo rwinshi, guseka, kubana n'abandi amahoro. Ntekereza ko ibyo biri mu bintu byatumye arama.

Hano ntabwo nshaka kuvuga ko abantu bagiye bakenyuka bazize kutababarira. Oya! Kuko tuzi ko impamvu z'urupfu ari nyinshi kandi abagiye mbere yacu ntibivuga ko twe basigaye twabarushaga kuba beza (Ahubwo abantu bajya bavuga ngo Imana yikundira abantu beza ikaba ari bo ibanza kujyana). Sinahamya yuko ibyo ari ihame cyangwa ngo mbihakane kuko biruhije kumenya icyo Imana iba itekereza iyo ihisemo kujyana bamwe abandi ikabasiga, gusa icyo nakwemeza ni uko kubabarira bifite ingaruka nziza mu buzima bwacu bwa buri munsi.

Hari indwara zimwe na zimwe ziterwa n'ibibazo dufitanye n'abantu. Hari indwara ziterwa no guhorana Urwango rudashira ku mutima. Iyo ubabariye, hari ikintu gikomeye uba ufashije ubuzima bwawe. Ngaho nawe gerageza wihe iyo mpano. Wikwiyima ibyiza by'ubuzima, babarira.

XV. Ibibazo Abantu Bakunze Kwibaza ku Byerekeye Kubabarira

1. Kuki Tugomba Kubabarira?

Hari impamvu eshanu z'ingenzi zituma tugomba kubabarira:

Impamvu ya mbere ni uko **nitutababarira abandi natwe tutazababarirwa.** *"Kuko nimubabarira abantu ibyaha byabo, na So wo mu ijuru azabababarira namwe, ariko nimutababarira abantu, na So na we ntazabababarira ibyaha byanyu."* (Matayo 6:14-16). *"Kandi nimuhagarara musenga hakaba hari umuntu wabagiriye nabi, mumubabarire kugirango So wo mu ijuru na we ababababarire ibyaha byanyu. Ariko nimutababarira abandi, So wo mu ijuru na we ntazabababarira ibyaha byanyu"* (Mariko 11:25-26)

Impamvu ya kabiri, tubabarira abantu ni uko **twababariwe kandi duhora tubabarirwa.** Kwanga kubabarira ni ukutazirikana imbabazi Imana yakugiriye. Umuntu wanga kubabarira aba adashaka ko Imana izamubabarira. Imana yaratubabariye kandi ihora itubabarira iyo tuyicumuyeho. *"Uduharire imyenda yacu, Nk'uko natwe twahariye abarimo imyenda yacu...Kuko nimubabarira abantu ibyaha byabo, na So wo mu ijuru azababababurira namwe, ariko nimutababarira abantu, na So na we ntazabababarira ibyaha byanyu"* (Matayo 6:12; 14-15).

Impamvu ya gatatu tubabarira abandi kugirango natwe twiyubakire iteme tuzacaho mu gihe tuzaba dusaba abandi imbabazi. Iri teme buri wese ategereje kuzaciraho, kandi ntabwo azaryambukiraho rimwe gusa. Kubabarira ni iteme twambuka buri munsi. Niturisenya tuzarohama kuko ari yo nzira iduhuza n'Imana, ikanaduhuza na bagenzi bacu. Ni ukuvuga abantu basa na twe.

Impamvu ya kane tubabarira ni uko **kubabarira ari itegeko ry'Imana.** Ku bantu babaye mu gisirikare, iyo umukuru wo hejuru atanze itegeko, ntihabaho kubaza impamvu zaryo cyangwa kurica ku ruhande, natwe niba twemera Imana nk'umuyobozi wacu mukuru, twagombye no kumvira tutagombye kubitindaho cyane cyangwa kubaza ngo, "kuki ngomba kubikora?".

"Kandi nimuhagarara musenga hakaba hari umuntu wabagiriye nabi, mumubabarire kugira ngo So wo mu ijuru na we abababarire ibyaha byanyu" (Mark 11:25). *"Nuko nk'uko bikwiriye intore z'Imana zera kandi zikundwa, mwambare umutima w'imbabazi n'ineza, no kwicisha bugufi n'ubugwaneza no kwihangana, mwihanganirana kandi mubabarirana ibyaha, uko umuntu agize icyo apfa n'undi. Nk'uko Umwami wacu yabababariye, abe ari ko namwe mubabarirana"* (Abakolosayi 3:12-13). *"Mugirirane neza, mugirirane imbabazi, mubabarirane ibyaha nk'uko Imana yabababariye muri Kristo"* (Ephesians 4:32).

Impamvu ya gatanu, tubabarira abantu kuko **dufite ibyiringiro bihamye ko n'ubwo abantu bo**

97

baduhemukiye, Imana yo iradukunda. Yozefu abwira abavandimwe be ati, "Ku bwanyu mwari mushatse kungirira nabi, ariko Imana yo yashakaga kubizanisha ibyiza, kugira ngo isohoze ibi biriho none, ikize abantu benshi urupfu" (Itangiriro 50:20). Tubabarira kuko tuzi neza ko Imana iri mu ruhande rwacu, kandi niba Imana iri mu ruhande rwacu, abanzi bacu ntibashobora kudutandukanya n'Imana.

2.   Tuzababarira Tugeze Ryari?

Dutuye mu isi yononekaye, dutuye mu isi y'umubabaro. Tubabaza abantu kenshi, na bo bakatubabaza kenshi. Kubera iyo mpamvu, dusabwa kubabarira Inshuro nyinshi. Kubabarira bigomba guhinduka imibereho yacu ya buri munsi. Kuko mu buzima abo tubabaza buri munsi ni benshi kandi abatubabaza nabo ni benshi. Hari uwavuga ati "ko bwira nta muntu nkubise, cyangwa ntutse, uranshinja uhereye kuki?"

Gukubita umuntu ntibivuga mu buryo bugaragara gusa, kandi kwica umuntu ntibivuga gukoresha imbunda yakorewe hano ku isi gusa. Mu bitekerezo byacu habamo ibicumuro biruta ibyo abantu bashobora kubonesha amaso. Ushobora gutekereza umuntu nabi, wakwigenzura nawe ukumva ni kimwe no kumukubita urushyi cyangwa kumwica akavaho. Abantu benshi ntabwo ari abarozi, ndetse abenshi, nanjye ndimo, dutinya kuvuga iryo jambo, ariko amagambo tubwira abantu tuvuga abandi, ni bwo burozi buruta ayandi marozi yose abaho.

Uzitegereze neza, iyo umuntu akubwiye ikintu kibi utari uzi ku muntu, n'iyo yaba amubeshyera, bigutera kureba uwo muntu ubundi buryo utari usanzwe umureba. Iyo umuntu yise undi umwicanyi cyangwa umujura bikinjira mu matwi yawe, bihindura ishusho wari ufite kuri uwo muntu. Twirinde cyane ibyo tuvuga ku bandi. Tugomba guhora tubabarira kuko Imana ihora itubabarira mu magambo tuvuga, mu bitekerezo tugira, no mu bikorwa dukora.

3. Uzabwirwa n'Iki Ko Wababariye Mugenzi Wawe?

Uzamenya ko wababariye mugenzi wawe, igihe uzaba wumva uhambukiwe kumusengera no kumusabira umugisha. Icyo gihe uzumva amahoro mu mutima wawe nuhura n'uwo muntu mu nzira. Ibi ntibivuga ko muzahita muba inshuti z'amagara. Nta nubwo ari ngombwa ko umuhatira kwakira imbabazi wamuhaye. Ibyo byaba bisa nko kumutera icyugazi cyangwa kumwiyenzaho. Kubabarira ni kimwe no gutanga impano. Nyir'ukuyihabwa ashobora kuyemera cyangwa akayanga, ariko iyo wayitanze uba warangije umurimo wawe.

Ikindi kandi, niba umuntu yarakwiciye abana, singombwa ngo abo usigaranye ubamusigire ugiye ku kazi, cyane cyane niba utazi niba yarihannye icyaha cyo kwica. Niba umuntu yarakwibye, kandi ukaba uzi ko iyo ngeso atayicitseho. Ushobora kumubabarira, ariko ntumuhindure umubitsi w'umutungo usigaranye.

Kubabarira ni ukwibohora mbere na mbere, warangiza ukabohora n'uwaguhemukiye. Uwaguhemukiye we abohoka iyo abishatse, kuko udashobora kubimuhatira. Ariko wowe utanga imbabazi, nta ruhushya agomba kubisabira. Amahoro yo mu mutima ni ikimenyetso simusiga kigaragaza ko wababariye.

4. Kubabarira Umuntu Wapfuye

Akenshi iyo umuntu avuze kubabarira, dukunze gutekereza ko ikibazo kiri hagati y'abantu bakiriho gusa. Ariko iyo usubije amaso inyuma ukareba amateka twaciyemo, usanga ibikomere abantu bamwe bafite barabitewe n'abantu batakiri kuri iyi si. Iyo umuntu agukomerekeje, ntabwo igikomere aguteye gihita gikira kubera ko uwagiteye apfuye.

Mukamwiza yabuze ababyeyi be akiri muto, bapfuye bazize urw'ikirago, maze asigara arera barumuna be babiri b'imfubyi ababyeyi be bamusigiye, Nadina na Korodina. Izo mfubyi zimaze kugera igihe zijya mu mashuri hanze y'igihugu. Mukamwiza yasigaye mu nzu wenyine akora kwa Padiri, ariko anateganya iby'ubuzima buzaza.

Bukeye abagizi ba nabi bamenye ko barumuna be bamaze umwaka bagiye kwiga hanze, baraza baramutera baramusahura baranamukubita ku buryo byamuviriyemo ubumuga bwo mu mugongo. Hanyuma aho Mukamwiza amaze kwivuriza, ajya kurega ba bagabo babiri barabafunga. Hashize umwaka abo bagabo bafatwa n'uburwayi bukomeye bapfira muri gereza bakurikirana.

100

Mukamwiza akomeza ubuzima ariko agumana ubumuga bw'umugongo kugeza na n'ubu. Birumvikana ko umuntu nk'uwo yakomeretse mu buryo bw'umubiri ariko akomereka n'umutima. Igihe cyose uvuze umuntu witiranwa n'abo bantu bamugiriye nabi, umutima we utangira kudiha, ubwoba bukamusaba.

Hari ingero nyinshi z'abantu bakigendana ibikomere by'abantu bapfuye. Aho ibi bintu bikomerera ni uko umuntu wapfuye ntaho wamurega. Ashobora no gupfa atararangiza igihano afungiye. Ntabwo warega umwana we cyangwa umuryango we kuko icyaha ari gatozi. Ni ukuvuga ngo nta kindi kintu ushobora gukora ku muntu waguhemukiye niba yaramaze gupfa.

N'iyo wagirira nabi abamukomokaho bose, ntabwo byarangiza ikibazo kuko atari bo baguhemukiye. Ikintu wakora ni kimwe gusa, ni ugushaka uburyo wakwivuza uburwayi watewe n'uwo muntu. Ndabwita uburwayi kuko iyo umuntu adasinzira kubera ubugome yagiriwe, burya aba afite ikibazo. Iyo bavuze ahantu cyangwa izina runaka indurwe ikazamuka, burya uba ufite ikibazo.

Mu bantu bamwe bagendana ibyo bibazo hajya havamo abata umutwe bikabaviramo gusara, hari n'abandi bagendana ibibazo nk'ibyo ariko ntibigaragarire rubanda. Hari bamwe ndetse bahitamo kugana abaganga bazobereye mu bibazo by'indwara zo mu mutwe, abandi bakanywa imiti itanga ibitotsi kugirango biyibagize ibibazo batewe n'abantu.

Ntabwo nazinduwe no guhinyura ubwo buryo

101

bw'imivurire, ariko niba umaze imyaka ugerageza ubwo buryo ntibukore, nakugira inama yo gushakisha ubundi buryo bwitwa kubabarira. Umuntu wapfuye cyangwa warorongotaniye mu mahanga utazi niba anakiriho, ntiyagombye gutwara umwanya na muke mu mutima wawe. Kutamubabarira bizatuma akuboha kugeza igihe nawe uviriye kuri iyi si. Ariko kumubabarira bizatuma ubohoka. Nta handi uzakura izo mbaraga uretse kuri Kristo.

Kubabarira ni amashuri umuntu yiga ubuziraherezo. Kubabarira ni urugendo, kandi kubabarira ni ugutera intambwe ku yindi. Ushobora gutera intambwe imwe cyangwa ebyiri ukagwa, ariko nugira ubushake n'umwete, uzongera ubyuke ukomeze urugendo kugeza ugeze ku musaraba. Ntugacike intege mu mibanire yawe n'abantu. Komeza ugereke ibuye ku rindi kugeza igihe inzu urimo kubaka izuzura.

Igihe kimwe nafunguye telefone nsanga umuntu yanyoherereje ubutumwa ambwira yuko na we ari ubutumwa bamwohereje. Ariko nsomye neza numva ubutumwa ari ubwanjye. Umutwe w'ubwo butumwa waravugaga ngo "Umunsi Nzapfa". Nagirango nawe ubu butumwa bukubere ubwawe.

Umunsi Nzapfa

Amarira yanyu azatemba ku matama yanyu ariko disi njye sinzabimenya.
Mwandiriye ubu!
Muzanyuzuzaho indabo nyamara sinzabibona.
Ubifite muri gahunda abe azintegurira azimpe!

Abenshi muzavuga amagambo yo kumpa icyubahiro kandi muzi neza ko ntazayumva.

Ayo mube muyambwira ubu.

Bamwe muzibagirwa amakosa yanjye n'inzika mumfitiye munambabarire ariko ibyo ntacyo bizaba bikimaze.

Mbabarira ubu ndakwinginze!

Hanyuma, abenshi muzankumbura nta byiyumviro ngifite ku rukumbuzi bamwe banasure igituro cyanjye.

Nkumbura ubu, ndagusabye unansure.

Wenda uzicuza impamvu utigeze umpa akanya ngo tukamarane, sha kampe nonaha tuganire dusangire tunabe hamwe.

Ha igihe cyawe abo ukunda, abo witaho. Bituma bumva ko bafite agaciro, kuko ntuzi umunsi n'igihe bazatuvamo by'iteka.

XVI. Umumaro wo Kwibabarira

Imwe mu ntwaro umwanzi Satani akoresha mu kuduca intege ni intwaro yo kuduciraho iteka. Ntabwo Yesu yazanywe mu isi no kuduciraho iteka, ahubwo yazanywe no kugirango aduhe ubugingo budashira (Yohana 3:16-17). Abantu bacirwaho iteka iyo banze kumvira Imana, bagahitamo kuyoboka Sekibi. Ibi mbigereranya nuko umwana yaba yagendaga mu nzira agasitara akagwa.

Iyo aguye ari kumwe n'umubyeyi, umubyeyi yihutira kumubyutsa no kumwomora ibikomere. Naho Satani we, iyo uguye mu cyaha yihutira kuvuga ngo "Awa! Na we yajya yabona. Ahita agutunga agatoki akakwereka ko ibyo wakoze ari amarorerwa atababarirwa, n'iyo wabyatura inshuro ijana. Akora ibishoboka byose ngo agushukashuke, akugushe, kugirango abone uburyo agukoba. Iyo abonye utaguye burundu, utsikiye gusa, na byo arabyishimira, wamunanira agafata ibyondo akabigutera kugirango aguharabike.

Tugomba gutandukanya Umwuka Wera w'Imana utwihanisha n'umwuka mubi wa Satani udusebya, ukatwereka ko tutababariwe. Uyu mwuka wo gusebya intore z'Imana ugenda uzerera mu kirere abakozi b'Imana batuyemo. Ntabwo Satani yicara ngo aruhuke. Akora amanywa na nijoro kugirango arwanye ubwoko bw'Imana. Uku ni ko yabigenje ku mutambyi Yoshuwa igihe yari ahagaze imbere ya Malayika w'Uwiteka.

Satani nawe ngo yari yabukereye, yishyize mu myanya, ahagaze iburyo bwa Yosuwa kugirango amushinje. Maze Malayika w'Uwiteka abonye uburyo Satani yazinduwe no kumurega amucyaha rugikubita muri aya magambo agira ati: "Uhoraho nagukangare Satani we, koko Uhoraho witoranyirije Yeruzalemu nagukangare. Mbese Yosuwa uyu si nk'agati karokotse inkongi y'umuriro?" (Zakariya 3: 2, Ijmbo ry'Imana).

"Kandi Yosuwa yari yambaye imyenda y'ibizinga, ahagaze imbere ya marayika. Marayika abwira abari bamuri imbere ati "Nimumwambure iyo myenda y'ibizinga." Maze abwira Yosuwa ati "Ngukuyeho gukiranirwa kwawe, kandi ndakwambika imyambaro myiza cyane." Ndategeka nti "Nimumwambike igitambaro cyiza mu mutwe." Nuko bamwambika igitambaro cyiza mu mutwe, bamwambika n'imyenda. Marayika w'Uwiteka yari

ahagaze aho. Marayika w'Uwiteka ahamiriza Yosuwa cyane ati "Uwiteka Nyiringabo aravuze ati 'Nuko nugendera mu nzira zanjye kandi ukitondera ibyo nagutegetse, nawe uzacira inzu yanjye imanza n'ibikari byanjye uzabirinda, nanjye nzagushyira mu byegera muri aba bahagaze aha." (Zakariya 3:3-7, Bibiliya Yera)

Iyo wambaye imyenda iriho ibizinga, ukabyereka Yesu, igihe cyose aba yiteguye kukwambura iyo myenda akakwambika imyambaro mishya. Iyo ingofero yawe itobotse cyangwa ihushywe n'umuyaga ikagwa, ugahamagara Kristo, ntabwo agusekera ahubwo, akwambika indi ngofero nshya, agukuraho imyenda iriho ibizinga, akakwambika indi myenda mishya y'ubukwe, yameshwe mu maraso ye. Satani ntacyo yakumarira kuri ibyo, uretse kugushungera gusa no kukwereka ko watsinzwe. Nta ngofero nshya yakwihera kuko ingofero isobanura agakiza kandi akaba nta gakiza atanga. Ntabwo yagukiza ibizinga kuko imyanda ari yo myambaro ye.

Kwihutira kuturega no kudushinja ni imwe mu ntwaro umwanzi akoresha kugirango aduhahamure. Mu gihe tumaze kwemera ibyaha byacu tukabyaturana umutima utaryarya imbere y'Imana, tugomba kwizera ko Imana itubabariye kandi tukakira izo mbabazi, natwe tukibabarira.

Ijambo ry'Imana riravuga ngo *"Niba tuvuga ko nta cyaha dufite tuba twishuka kandi nta kuri tuba dufite. Nyamara nitwemera ko twakoze ibyaha, Imana yo ni indahemuka n'intabera, ku buryo itubabarira ibyaha byacu kandi ikatweza, ikatumaraho ikibi cyose. Niba tuvuga ko tutigeze dukora icyaha, tuba twise Imana umunyabinyoma*

105

kandi nta jambo ryayo riba riturangwamo" (1 Yohana 1:8-10, Ijambo ry'Imana)

Kwibabarira bibanzirizwa no kwemera ko turi abanyabyaha. Kuko iyo duhakanye ibyaha byacu, tuba tubeshye, kandi tuvuze ko Imana ibeshya. Kwita Isumbabyose umubeshyi biteye ubwoba, ndetse ni na byo birimbuza imbaga nyamwinshi. Iyo tumaze kwemera ibyaha byacu, dukurikizaho kubyatura. Twaturira Imana mbere na mbere, kandi byaba ngombwa tukaturira na bagenzi bacu ngo badusengere.

Iyo tumaze gusaba Imana imbabazi no kwatura, Imana y'indahemuka ihita itubabarira ibyaha byacu, ndetse ikatubona nk'aho tutigeze tubikora. *"Uwiteka ni umunyebambe n'umunyambabazi, Atinda kurakara, afite kugira neza kwinshi. Ntakomeza kurwana iteka, Ntagumana umujinya iminsi yose. Ntiyatugiriye ibihwanye n'ibyaha byacu, Ntiyatwituye ibihwanye no gukiranirwa kwacu. Nk'uko ijuru ryitaruye isi, Ni ko imbabazi agirira abamwubaha zingana. Nk'uko aho izuba rirasira hitaruye aho rirengera, Uko ni ko yajyanye kure yacu ibicumuro byacu. Nk'uko se w'abana abagirira ibambe, Ni ko Uwiteka arigirira abamwubaha. Kuko azi imiremerwe yacu, Yibuka ko turi umukungugu!* (Zaburi 103:8-14)

Imbabazi z'Imana zituma amaraso ya Kristo atwezaho ibicumuro byacu, tukagaragara nk'abere imbere y'Imana nubwo twavukanye kamere y'icyaha. Igikurikira ibyo byose ni ukwizera ko duhawe imbabazi, tukambara imyambaro mishya Kristo aduhaye. Nta bubasha na buke Satani afite bwo kudukura mu kiganza cy'imbabazi cya

106

Kristo.T uragwa tukabyuka, twanyerera Kristo akadusayura mu byondo. Turandura Kristo akatweza, twavunika akatwunga, urugendo rugakomeza. Ariko ibi ntabwo byagombye kuba urwitwazo rwo gucumura, kuko nk'uko Pawulo yabivuze neza, ntabwo tugomba gucumura kugirango ubuntu bw'Imana busage (Abaroma 6:1). Ariko kandi na none, igihe cyose twihannye, ntabwo ibyaha twihannye tukareka bishobora kudutandukanya n'urukundo rwa Kristo, kuko nta kintu na kimwe kibaho cyadutandukanya n'urukundo rwa Kristo (Abaroma 8:31-39).

Umuririmbyi umwe ni we wigeze kuvuga ati: "Satani iyo anyibukije gukiranirwa kwanjye, ashaka kunyihebesha, ariko ngatumbira mu ijuru ndebayo Umukiza wanjye wabirangije byose. Nawe rero mwene data, gumana kwizera, kuko ufite umuntu ukuvugira kandi uwo muntu akaba ari umutambyi w'abatambyi. Igihe cyose tumaze kwaturira Imana no kuyiririra tuyisaba imbabazi, tugomba kuziba amajwi atubwira ko Imana itatubabariye.

Satani nakubwira ngo ntiwababariwe, uzamubwire uti *"Wa mwanzi wanjye we, we kunyishima hejuru ningwa nzabyuka, ninicara mu mwijima Uwiteka azambera umucyo. Nzihanganira uburakari bw'Uwiteka kuko namugomeye, kugeza ubwo azamburana akantsindira. Azansohora anjyane mu mucyo, mbone kureba gukiranuka kwe. Maze umwanzi wanjye azabirebe amwarwe, uwambwiraga ati "Uwiteka Imana yawe iri he?" Amaso yanjye azamureba, ubu azanyukanyukwa nk'icyondo cyo mu nzira."* (Mika 7:8-10).

Biragoye kubabarira abandi bantu wowe ubwawe waranze kwibabarira. Iyo umwuka wo kutibabarira no guhora wicira urubanza ukikuzengurutse ntabwo ushobora kubabarira abandi bantu. Niba udashobora kwikunda ngo wizere kandi wakire imbabazi z'Imana muri wowe, biragoye kugirango wemere ko umuntu waguhemukiye, ashobora kubabarirwa.

Kwiyima imbabazi ni ugupfobya umurimo Kristo yakoze ku musaraba. Kwanga kwibabarira ni uguhinyura ubutunzi butagira akagero bw'imbabazi z'Imana. Kwanga kwibabarira ni ukutizera. Kubabarira abandi ni ukubakunda, ukabemera nk'uko Imana yabemeye. Niba udashobora kwikunda, ntabwo ushobora gukunda abandi.

Niba kwibabarira byarakunaniye, usabe Imana ikubohore. Kutibabarira kugira ingaruka mbi mu buzima, ndetse bikaba byatera umuntu no kwiyahura. Kwiyima imbabazi ni ukwiyanga, kandi kwiyanga ni ukwanga umuntu Imana ikunda. Rimwe mu mategeko abiri ayandi yose yubakiyeho ni ugukanda mugenzi wawe *nk'uko nawe wikunda.* Iyo Bibiliya idutegetse gukunda bagenzi bacu nk'uko twikunda, burya iba izirikana ko natwe ubwacu tugomba kwigirira urukundo.

XVII. Gukunda Abanzi Bawe

Hari abantu bamwe uzumva bavuga ngo, nanga umuntu umbeshya, nanga umuntu unsuzugura, nanga abantu birata, nanga abarokore bagenda babeshya ngo barakijijwe, nanga abantu bibwira ko barusha abandi ubwenge, nanga abantu b' abanyamagambo, nanga abantu b'abagome, nanga abashumba bagenda babeshya ngo ni abakozi b'Imana, nanga abantu bashaka kurusha abandi ubwenge, nanga abagambanyi, nanga abanyenda nini, nanga abantu bantesha umutwe kandi nifitiye ibindi bibazo, nanga abantu umuntu abwira ntibumve, nanga abantu batagira umuco, nanga abantu badashyira mu gaciro, n'ibindi n'ibindi.

Iyo tuvuze ngo twanga abo bantu bose tuba twiciriye urubanza. Mu by'ukuri, abo bantu bose Imana yo irabakunda. Imana yanga ibyo bakora, ariko irabakunda. Ikindi kandi wibuke ko wowe nanjye turi mu mubare w'abo bantu uvuga ko wanga. Abana bacu, n'abavandimwe bacu bari mu mubare w'abo bantu. Erega twashakanye n'abanyabyaha, tubyara abanyabyaha, tuvukana n'abanyabyaha, dukorana na bo, twirirwana ku kazi, tukagendana mu nzira, tukabana mu rugo! Dutuye mu mirenge yuzuyemo abameze batyo.

Dusengera mu matorero yuzuyemo abanyabyaha, guhera ku mushumba, ukageza ku mukristo usanzwe. Nta torero ritagira inenge ribaho. Buri torero rimeze nk'ibitaro byuzuyemo abarwayi, kandi wibuke ko abarwayi ari bo bakuye Yesu mu ijuru. Ntabwo Yesu yaje gushaka abazima, ahubwo yaje gushaka abarwayi (Mariko 2:17).

Niba wibwira ko uri muzima, urambabaje kuko ntabwo uri mu mubare w'abamuzanye. Yaje gushaka intama yazimiye. Niba utarazimiye, ufite akaga, kuko atari wowe wamuzanye. Intama imwe yazimiye yemera kwihana no kubabarirwa, iruta intama 99 zidashaka kwihana.

Mu Kinyarwanda baca umugani ngo nta muryango utagira ikigoryi. Mu bana nigisha, hari umwana w'umukobwa wigeze kuza kunganyira ambwira uburyo barumuna be bamutesheje umutwe, dore ko se na nyina babamusigiye ari imfubyi. Arambwira ati niyemeje kubareka barananiye, bibane nanjye nzibana. Ati, nanga abantu mbwira ntibumve, kandi bagahora bampemukira mbihorera. Akomeza agira ati, "uzi ko abantu baguhemukira kenshi babona ubihorera bagashyekerwa, bakagirango uri igicucu nta bwenge ugira?" Arongera kandi arambwira ati "nkunda abavandimwe banjye, ariko nanga umuntu ngirira neza, maze ineza namugiriye akayitura inabi".

Uwo mwana namuteze amatwi numva anteye agahinda, ngira umwanya wo gutekereza ku byo yambwiye byose maze ndamubwira nti, niba koko ukunda abavandimwe bawe nkuko ubivuga, ugomba kumenya ko ari abanyabyaha kimwe nawe. Kuvuga ngo ukunda abavandimwe bawe, ariko wanga abantu baguhemukira, bakwitura inabi, bakugirira ishyari, bagusuzugura, bakuvuga nabi, baguteranya n'inshuti...ntabwo ari ukubakunda urukundo rw'Imana. Ushobora kwanga ibyo bakora ariko ugakomeza kubakunda.

Ushobora kwanga amagambo mabi bakuvuga, ariko bo ukabakunda, ushobora kugaya imirimo bakora ariko bo ukabakunda. Uko ni ko Kristo yadukunze. Yadukunze tukiri abanyabyaha. Kristo yadukunze tukiri abasambanyi, abicanyi, ababeshyi, abagome. Nta shusho twari dufite yo gukundwa. Ku bwa kamere yacu twari abo gucirwaho iteka. Ntabwo Kristo yadukunze tumaze kuba abarokore!

Vuga ngo Yesu ashimwe! Urukundo nyakuri rukunda abanyabyaha, rukabasengera, rukabihanganira, rukabababarira.

Hari umugabo w'inshuti yanjye wigeze gutanga ubuhamya mu rusengero aravuga ati, "ndashima Imana ko itangize Imana, kuko iyo nza kuba Imana nari kwica abantu nkabamaraho". Abantu bose aho bava bakagera ni abanyabyaha. Intumwa Pawulo yandikiye Timoteyo, aramubwira ati, iri jambo ngiye kukubwira uryitondere, ni iryo kwemerwa rwose, "Kristo Yesu yazanywe mu isi no gukiza abanyabyaha, kandi muri bo ni jye w'imbere". (1Timoteyo 1: 15).

Biraruhije kugirango wowe nanjye twemere ko turi abanyabyaha mbere y'abandi. Ariko se niba intumwa Pawulo yariyise umunyabyaha wa mbere, uribwira ko wowe nanjye tumurusha ubukristo? Kuva Adamu na Eva bacumura ku Mana twahindutse abanzi b'Imana bitewe no kutumvira kwacu.

Ariko nubwo twahindutse abanzi b'Imana, ntabwo Imana yaturetse, yaradukunze cyane. Yakunze abari mu isi cyane, bituma ibohererereza umwana wayo w'ikinege kugirango umwizera wese atarimbuka, ahubwo ahabwe ubugingo buhoraho (Yohana 3:16).

Iyo Imana iza gukunda nk'uko twebwe abantu dukunda, tuba twarashizeho, nta mahirwe ya kabiri yari kwongera kuduha. Gukunda nk'Imana ni ugukunda abagukunda n'abakwanga. Gukunda nk'Imana ni ugukunda abantu bakiri mu byaha, bakiri mu mwijima.

Biroroshye gukunda abagukunda. Abapagani na bo barabikora. Biroroshye kuguriza abazakwishyura, abapagani na bo bagenza batyo. Kugirira ineza abazayikwitura, nta gitangaza kirimo, kuko abo twita ab'isi nabo barabikora kubera inyungu zabo. Aho urukundo rw'abana b'Imana rutandukanira n'urukundo rw'abisi, ni uko Imana idusaba gukunda n'abanzi bacu, tugasabira umugisha abaturenganya (Luka 6:28).

Umuntu ashobora kukwangira kumwereka ko umukunda ku buryo bugaragara, ndetse akajugunya impano umuhereje ureba n'amaso, ariko nta muntu ushobora kukubuza kumukunda, kuko urukundo ruba mu mutima.

Umuntu ashobora kukubuza kumusengera mu ruhame rw'abantu, ndetse akakwiyama, ariko ntashobora kukubuza kumusengera wiherereye. Hari umuntu wigeze kubaza mugenzi we amusanze ku nzira yigunze ngo amusengere, undi aramubwira ati, "abarokore ndabazi, nta masengesho yawe nkeneye!!!"

Uwari umusabye kumusengera ntiyacitse intege ngo yumve ko bamusuzuguye, yagiye ku ruhande nta muntu umureba nk'umuntu ugiye kwiherera, aragenda arapfukama asengera wa muntu wamubwiye ngo nta masengesho ye akeneye. Nimucyo dukunde Imana, kandi dukunde abanzi bacu, nibwo ingororano zacu zizaba nyinshi mu ijuru. Umwami Imana idushoboze.

XVIII. Ibindi Abantu Bavuga Ku Kubabarira

• "Umuntu udashobora kubabarira cyangwa wanga kubabarira abandi aba asenye iteme azanyuraho yambuka, kuko buri muntu aho ava akagera akeneye imbabazi" (Thomas Fuller). Buri muntu ukiri mur'iyi si ahora akeneye kwambuka iryo teme. Iyo wanze kubabarira, uba wiyemeje gusenya iryo teme, kandi iyo usenye iteme uzambukiraho, byanze bikunze urarohama kuko muri twese ntawe utuye ku kirwa gitagatifu. Kwanga kubabarira uwaguhemukiye mbigereranya no gutema ishami ry'igiti wicayeho. Iyo iryo shami rihanutse murahanukana byanze bikunze!

• "Kubabarira ni impano wowe ubwawe wiha" (Suzanne Somers). Icyo Suzanne Sommers ashaka kuvuga hano ni uko iyo ubabariye mugenzi wawe, ni wowe bigirira akamaro ku buryo bugaragara. Icya mbere uba uruhutse umutwaro wagendanaga buri munsi, ukira uburwayi bw'umutwe n'ubundi bumuga buzanwa n'inzika cyangwa urwango; ikindi kandi ugira umunezero udasanzwe uterwa no gutura umutwaro wari umaranye iminsi.

• "Kubabarira ni ukurekura imbohe ikagenda maze ugasobanukirwa ko iyo mbohe yari wowe ubwawe" (Lewis Smedes). Iyo wanze gutanga imbabazi wibwira ko wafungiye umwanzi wawe muri gereza, ariko ku rundi ruhande ni wowe ubwawe uba wariboshye. Iyo ubohoye uwaguhemukiye akagenda, ni wowe ubwawe uba wibohoye.

• "Umwijima ntushobora kwirukana undi mwijima.

113

Umucyo wonyine ni wo ushobora kubikora. Urwango ntirushobora kwirukana urundi rwango. Urukundo rwonyine ni rwo rushobora kwirukana urwango" (Martin Lutrher King, Jr.). Iyo wanze kubabarira uba ukiri mu mwijima. Kugirango ushobore kubabarira ugomba kumurikirwa n'umucyo wa Kristo, ukamenya ububi bw'ahantu uhagaze.

- Iyo uhagaze mu rwango, ntabwo ushobora kurwanya urwango muri wowe cyangwa ngo wigishe abandi urukundo. Ariko iyo Umwuka w'Imana akwemeje ububi bwawe, akakuzuza ubwiza buva ku Mana, umenya uwo uri we n'uwo wagombye kuba we; umenya aho uhagaze n'aho ugomba kujya. Umuntu uzi uburyo yababariwe ni we wenyine ushobora kubabarira. Ntabwo umwicanyi yarwanya undi mwicanyi. Ntabwo umurozi ashobora kurwanya undi murozi. Umwijima ntabwo ushobora kwirukana undi mwijima, ahubwo wirukanwa n'umucyo.

INTAMBWE Z'INGENZI ZO KUBABARIRA

I. Intambwe ya Mbere: Umumaro wo Kwimenya

"Ariko rero mujye mukora iby'iryo jambo, atari ugupfa kuryumva gusa mwishuka. *Kuko uwumva ijambo gusa ntakore ibyaryo, ameze nk'umuntu urebeye mu maso he mu ndorerwamo. Amaze kwireba akagenda, uwo mwanya akibagirwa uko asa.* Ariko uwitegereza mu mategeko atunganye rwose atera umudendezo, agakomeza kugira umwete wayo, atari uwumva gusa akibagirwa ahubwo ari uyumvira, ni we uzahabwa umugisha mu byo akora"

(Yakobo 1:22-25).

Umufilozofe witwa Socrate yigeze kuvuga ati: "Imenye wowe ubwawe". Uyu mugabo iyo wamubazaga ikibazo, aho kugirango agusubize, yakubazaga ikindi kibazo, noneho wamusubiza ikibazo cya kabiri akongera akakubaza ikibazo cya gatatu, bityo bityo, kugeza ighe ubonye igisubizo cy'ikibazo wabajije mbere.

Kwimenya bivuga kwibaza ibibazo kuri wowe ubwawe, ukanishakamo ibisubizo. Kwibaza ibibazo ku miterere yawe ushobora kubikora ucecetse, uryamye, uvuye ku kazi, cyangwa wivugisha, utekereza, usenga, wandika, cyangwa se uririmba. Twese ntabwo dufite impano z'ibyo bintu byose, ariko turi abantu batekereza.

115

Dufite ubushobozi bwo kwicara tukinegura ubwacu, tukinira, tukisuzuma, tukishima cyangwa tukigaya. Dufite uburenganzira bwo kwiherera tukirondora, tukibaza ibibazo ku miterere yacu, byaba ngombwa tukabaza n'abandi bantu twizeye kandi dutekereza ko batuzi, kandi batubwiza ukuri, dore ko abatubwira ibyo dushaka kumva ari bo benshi.

Kubaho utibaza uwo uri we ni akaga gakomeye cyane, ndetse kaguteza urupfu. Umuntu utajya ugira igihe cyo kwitekerezaho ameze nk'umuntu utajya akoresha indorerwamo ngo arebe uko asa mu maso. Kubaho udakoresha indorerwamo ni ishyano! Ushobora kugenda ukusanya imyanda yose mu nzira unyuzemo bukarinda bwira utazi uko usa.

Igihe kinini, usanga twihutira gutunga abandi urutoki no kuvuga uko basa, nyamara tukibagirwa ko iyo dutunze undi muntu urutoki, haba hari izindi ntoki eshatu twitunze. Kubaho utazi uwo uri we ni ibyago mu bindi, kandi ntekereza ko ari kimwe mu bigenda bitera ibibazo byinshi dukunze kugirana n'abantu mu buzima.

Abanyarwanda twarakomeretse mu mitima. Ibi ntabwo ari ibanga twagombye guhishira. Ibikomere dufite tubimaranye igihe kandi bidutera gukomeretsa abandi. Umuntu ashoboye gufotora imitima yacu, yasanga abenshi muri twe tuvirirana. Twese turi inkomere kandi ibikomere bya benshi bikeneye guhuruza muganga.

Ariko bamwe babyoroshe kumwenyura, kubwirana amagambo yo kwihangana, no gushaka ibiduhuzahuza kugirango tutabitoneka. Abandi birinda no kuvuga ku bibazo bibaremereye kugirango badaseba cyangwa batagaragaza indi sura. Iyo tubonye ibintu biturangaza gato gusa, twibagirwa ko burya turi abarwayi, ndetse turi indembe.

Ariko se tutagiye kure ubundi umuntu ni iki? Yesu yigeze kubaza abigishwa be ati abantu bavuga ko ndi nde? Mbese wowe ujya wibaza uwo uri we cyangwa uburyo abantu bakubona? Abantu aho bava bakagera bafite ibintu bahuje: Ku ruhande rumwe, *"Umuntu ameze nk'umwuka gusa, Iminsi ye imeze nk'igicucu gishira"* (Zaburi 144: 4).

Turi igicu kigaragara akanya gato, ejo kikaba cyatamurutse *"Dore wahinduye iminsi yanjye nk'intambwe z'intoki, Igihe cy'ubugingo bwanjye kuri wowe kimeze nk'ubusa, Ni ukuri umuntu wese nubwo akomeye, ni umwuka gusa."* (Zaburi 39:6). Turi ibumba, turacyatuye mu mahema yacu, ari yo mibiri, kandi intumwa Pawulo yaravuze ngo *iyo turi iwacu mu mubiri tuba dutuye kure y'Umwami wacu* (2 Abakirinto 5:6).

Ariko nubwo bimeze bityo, Yesu yaduhaye indi ndangamuntu ubwo twamwakiraga mu mitima yacu. Dufite ibyangombwa biturangaho kuba abana b'Imana. *"kandi ubwo turi abana bayo turi n'abaragwa, ndetse turi abaragwa b'Imana, turi abaraganwa na Kristo niba tubabarana na we ngo duhānwe ubwiza na we"* (Abaroma 8:17).

Niba tuyoborwa n'Umwuka w'Imana turi abana b'Imana kuko Bibiliya ihamya yeruye ko *"Abayoborwa n'Umwuka w'Imana bose ni bo bana b'Imana, kuko mutahawe umwuka w'ububata ubasubiza mu bwoba, ahubwo mwahawe umwuka ubahindura abana b'Imana, udutakisha uti "Aba, Data!" Umwuka w'Imana ubwe ahamanya n'umwuka wacu yuko turi abana b'Imana"* (Abaroma 8:14-16).

Bibiliya ikomeza igira iti: *"Ariko mwebweho muri ubwoko bwatoranijwe, abatambyi b'ubwami, ishyanga ryera n'abantu Imana yaronse, kugira ngo mwamamaze ishimwe ry'Iyabahamagaye, ikabakura mu mwijima ikabageza mu mucyo wayo w'itangaza. Kera ntimwari ubwoko ariko none muri ubwoko bw'Imana. Kera ntimurakababarirwa ariko none mwarababariwe."* (1 Petero 2: 9-10)

None se kuki umuntu akuvuga nabi ukababara? Impamvu umuntu akuvuga nabi bikakubabaza ni ebyiri: Iya mbere ni uko wibagirwa uwo uri we. Ushoboye kumenya neza uwo uri we muri Kristo, umuntu yakuvuga nabi, ukumva nta cyo bikubwiye. Impamvu ya kabiri ubabazwa n'amagambo y'abantu ni uko wishyiramo ko abantu bagomba kukuvuga neza, kukubaha, kugushimira, no kutakugirira ishyari.

Noneho kuko na bo ari abantu badashobora gukora ibyo ubatezeho, amagambo yabo akagukomeretsa. Kwishyiramo ko abantu bazahora bakugirira neza ni kimwe no gutekereza ko ibiti byose bizera imbuto ziribwa. None se niba igiti ari inturusu, uzategereza ko cyera amacunga cyangwa avoka? Inturusu zigira imbuto ariko izo mbuto ntiziribwa, kabone n'iyo zaba ziteye mu murima w'amacunga. Inturusu izakomeza kuba inturusu, kugeza igihe igitangaza kizakoreka, igahinduka ubundi bwoko bw'igiti kiribwa.

118

Iyo tuvanye amaso ku Mana tukayashyira ku bantu, tuba twishyize mu mwanya wo kubabazwa n'abantu. Kuko abantu nta bushobozi bafite bwo kudukunda urukundo nk'urwo Imana idukunda. Abantu bera imbuto ziturutse muri kamere yabo. Yesu yabivuze neza ngo, *"Nta giti cyiza cyera imbuto mbi, kandi nta giti kibi cyera imbuto nziza. Buri giti ukibwirwa n'imbuto cyera. Nta wasoroma imbuto z'umutini ku mutobotobo, cyangwa iz'umuzabibu ku mufatangwe. Umuntu mwiza akura ibyiza mu migambi ye myiza, naho umuntu mubi agakura ibibi mu migambi ye mibi. Erega akuzuye umutima ni ko gasesekara ku munwa!"* (Luka 6:43-45; Bibiliya Ijambo ry'Imana). Kubera izo mpamvu rero, ntabwo ibibi abantu badukorera byagombye kudukura mu mwanya wacu, ahubwo byagombye kudutera kubagirira umutwaro wo kubasabira kugirango Imana ibiyereke. Nta wundi mwenda tugomba kugirira abantu uretse kubakunda (Abaroma 13:8).

Kumenya uwo uri we neza bizagufasha kumenya abandi n'uburyo ugomba kubitwaraho. Kwimenya bizagufasha kumenya ko abandi na bo ari abantu. Niwimenya neza uzasobanukirwa ko burya abandi bantu na bo ari abanyabyaha nkawe. Niwimenya neza, uzasobanukirwa ko burya n'abandi bantu ari abana b'Imana nkawe. Niwimenya uwo uri we, uzatangazwa n'uburyo Imana yakunda umuntu nkawe. Kwimenya bizagufasha kubabarira abandi kuko nawe wababariwe. Ariko se kwimenya ni iki? Ese umuntu yashobora kwimenya neza uko ari?

Iyo umuntu avuze kwimenya, abantu bajya bumva ibintu bitandukanye. Bamwe bumva umuco, amateka, umwirondoro wawe n'ibindi. Mu bihugu hafi ya byose, uzasanga nta muntu utanga akazi atabanje kumenya neza umwirondoro w'uwo ashaka guha ako kazi. Iyo umuntu bamusabye gutanga umwirondoro we, akora ibishoboka byose agashakisha ibintu byose bituma agaragara neza, maze akabyandika. Izina rye rijya hejuru, munsi yaryo hagakurikiraho amashuri yize n'impamyabushobozi afite.

Ibyo iyo birangiye, hakurikiraho inararibonye afite mu kazi gatandukanye yagiye akora, n'igihe yahamaze. Hari n'abakoresha bakubaza umushahara wakoreraga aho wakoze hose. Ibyo byavaho ushaka akazi agomba kugaragaza ubushobozi bwihariye nko mu gukoresha ibyuma by'ikoranabuhanga bigezweho n'ibindi.

Mu myirondoro yose y'abantu basaba akazi nta na rimwe usanga umuntu yivuga nabi. Udafite amateka ahagije y'akazi akora uko ashoboye agashyiraho ikintu kigaragaza yuko hari icyo ashoboye. Ikindi nabonye ni uko ibyiza umuntu yivuga iyo asaba akazi bijya gusa n'ibigwi bamuvuga mu gihe cyo kumushyingura. Nta muntu ndumva ahaguruka mu muhango wo gushyingura ngo arondore ibibi umuntu yakoze akiriho.

Ababi n'abeza bose bavugwa ibyiza biryoheye amatwi. Ariko se mu by'ukuri urebye ukuntu abantu bivuga basaba akazi, cyangwa amagambo asomwa iyo bapfuye, wumva bigaragaza abo ari bo koko? Ese ujya ugira umwanya wo kwibaza uti "Ndi nde? Cyangwa se umutima wanjye usa gute imbere y'Imana?"

Igihe kimwe Yesu yari kumwe n'abigishwa be mu gihugu cyitwa Kayisariya ya Filipo, maze arahindukira arababaza ati: *"Abantu bagira ngo Umwana w'umuntu ndi nde?" Baramusubiza bati: "Bamwe bagira ngo uri Yohana Umubatiza, abandi ngo uri Eliya, abandi ngo uri Yeremiya, cyangwa ngo uri umwe wo mu bahanuzi". Arababaza ati: "Ariko mwebwe ubwanyu mugira ngo ndi nde?" Simoni Petero aramusubiza ati: "Uri Kristo, Umwana w'Imana ihoraho."* (Matayo 16: 13-16).

Nubwo Yesu yari azi neza igisubizo cy'ikibazo yari abajije, atugaragariza ko iki ari ikibazo cy'ingenzi buri wese yagombye kwibaza.

Abantu bazobereye mu kwiga umuco w'Abayuda bavuga ko mu muhango w'Abayuda, ubuhamya bwemerwaga iyo bwatangwaga n'abahamya batatu. Kuri Yesu, abo bahamya batatu yari abafite ndetse abarengeje inshuro nyinshi.

Icya mbere Imana Se yamuhamirizaga ko ari Umwana w'Imana (ubu buhamya kuri jye burahagije, kuko iyo umuntu ahamirizwa n'Isumba- byose sinzi ko hari ikindi aba akeneye).

Icya kabiri imirimo yose yakoraga ubwayo yahamyaga ko ari Imana.

Icya gatatu abahanuzi bamubanjirije baramuhamyaga. Ese wowe nanjye duhamirizwa nande? Ese imirimo dukora twiherereye, ihuye neza n'ibyo abandi baduhamiriza? Kwimenya ntabwo ari ukwivuga no kwihimbaza, ntabwo ari ukwandika umwirondoro nk'uwo dukoresha dusaba akazi.

Kwimenya nyakuri ni ukwambara ubusa imbere yawe n'imbere y'Imana, maze ibihishwe byose bikagaragara. Kwimenya ni ukwireba muri ya ndorerwamo Yakobo atubwira. Iyo ndorerwamo ireba impande zose ndetse ikareba no mu mutima. Iyo ndorerwamo n' Ijambo ry'Imana.

Mu buzima bwa buri munsi, kugirango umuntu amenye uko asa mu maso akoresha indorewamo, bamwe bita icyirore. Indorerwamo ni yo imwereka ibyaheze mu menyo, uko umusatsi umeze, cyangwa imyanda iri mu mazuru, ku ruhu, n'utundi duce tw'umubiri, cyane cyane mu maso. Uku ni ukwireba mu buryo bw'umubiri.

Mu buryo bw'Umwuka nabwo dufite indorerwamo, ari yo Jambo ry'Imana. Iyo turebye muri iryo Jambo tubona ibyo dukwiye gutunganya muri twe. Ni na yo mpamvu Yakobo agira ati *"uwumva ijambo gusa ntakore ibyaryo, ameze nk'umuntu urebeye mu maso he mu ndorerwamo. Amaze kwireba akagenda, uwo mwanya akibagirwa uko asa"* (Yakobo 1:24).

Kugirango dushobore kwimenya, ndangirango twifashishe abantu b'Imana batatu batubereye intangarugero mu kwirondora no kumenya uko bari. Abo bantu ni Pawulo, Dawidi na Yesaya. Hari n'abandi benshi twakwifashisha, ariko nagize igihe cyo gutekereza kuri abo bantu, nsanga dufite byinshi duhuje n'ubwo babayeho imyaka myinshi wowe nanjye tutaravuka. Nusanga ntacyo muhuje na bo, ushobora kuba ufite abandi musa bagufasha kwisuzuma nawe ukamenya uko usa.

Pawulo yari Umuyuda wavukiye i Turuso wo mu muryango wa Benyamini, akaba umuheburayo wa kavukire wari ufite ubwenegihugu bw'Abaroma. Yari umufarisayo ku by'amategeko wakuriye ku birenge bya Gamaliyeli, kandi akagira ishyaka ryinshi ry'idini y'Abayuda (Abafilipi 3: 5; Ibyakozwe 22:3).

Igihe kimwe, uyu mugabo Pawulo ari we kera witwaga Sawuli, yari avuye ku mutambyi mukuru kumusaba inzandiko zo kujyana ku banyedini b'i Damasiko kugirango nabona abantu bari mu nzira ya Yesu ababohe abajyane i Yerusalemu. Ariko akiri mu nzira ijya i Damasiko Imana iramwiyereka mu buryo butunguranye, iza ku muhindura igikoresho cyayo, akora ibitangaza binyuranye. Intumwa Pawulo yanditse inzandiko 13 ku bitabo 27 bigize Isezerano rishya. Uretse kuba Umwanditsi n'intiti mu by'amategeko, Pawulo yari afite impano z'uburyo bwose.

Yavugaga ubutumwa, agashinga amatorero, yarahanuraga, agakiza abarwayi, akavuga mundimi kandi akarangwa n'urukundo, ndetse avuga ko akiri mu isi yari yarageze mu ijuru rya gatatu. Iyo Pawulo aza kwandika umwirondoro asaba akazi mu gihe cye sinzi ko hari umuntu wari kumutambuka imbere.

Ariko mu bintu byose Pawulo yanditse ayobowe n'Umwuka w'Imana hari aho yavuze amagambo akomeye agaragaza uburyo yibonaga kuruta uko abandi bantu bari bamuzi. Mu Baroma igice cya 7, dore uko avuga uburyo yibona ubwe:

"Tuzi yuko amategeko ari ay'umwuka, ariko jyewe ndi uwa kamere ndetse naguriwe gutegekwa n'ibyaha. Sinzi ibyo nkora kuko ibyo nshaka atari byo nkora, ahubwo ibyo nanga akaba ari byo nkora. Ariko ubwo nkora ibyo ndashaka, nemera ko amategeko ari meza. Nuko rero noneho si jye uba nkibikora, ahubwo ni icyaha kimbamo. Nzi yuko muri jye, ibyo ni ukuvuga muri kamere yanjye, nta cyiza kimbamo, kuko mpora nifuza gukora icyiza ariko kugikora nta ko, kuko icyiza nshaka atari cyo nkora, ahubwo ikibi nanga akaba ari cyo nkora. Ariko ubwo nkora ibyo nanga si jye uba nkibikora, ahubwo ni icyaha kimbamo. Nuko rero mbona yuko amategeko anyifuriza gukora ibyiza, nyamara ibibi bikaba ari byo bintanga imbere. Nishimira amategeko y'Imana mu mutima wanjye, ariko mbona irindi tegeko ryo mu ngingo zanjye, rirwanya itegeko ry'ibyaha ryo mu ngingo zanjye. Yemwe, mbonye ishyano! Ni nde wankiza uyu mubiri untera urupfu? Imana ishimwe! Kuko izajya inkiza ku bwa Yesu Kristo Umwami wacu. Nuko jyewe mu mutima wanjye ndi imbata y'amategeko y'Imana, ariko muri kamere ndi imbata y'amategeko y'ibyaha." (Abaroma 7: 14-25)

Pawulo yari afite ibintu byinshi byatuma yirata. Ariko yirebye mu ndorerwamo, maze asanga ari umuntu wa kamere. Yasanze muri we huzuye ibyaha, ariko akagira umutima uhora ubirwanya. Mu mutima we hahoraga intambara yo guhora ashaka gukora ibyiza ariko yajya kubona akabona yakoze bya bibi yanga.

Umuntu wanditse ibitabo byinshi muri Bibiliya aravuga ko nta cyiza kiba muri kamere ye, ahubwo ko muri kamere ye huzuyemo ibyaha gusa. Ahandi dusanga ko mu rwandiko rwa mbere yandikiye Timoteyo yongeye gushimangira no kwatura ububi abona muri we ubwo yagiraga ati: *"Iri jambo ni iryo kwizerwa rikwiriye kwemerwa rwose, yuko Kristo Yesu yazanywe mu isi no gukiza abanyabyaha, muri bo ni jye w'imbere."* (1 Timoteyo 1:15).

Biratangaje kubona mu bantu bose, Pawulo avuga ko ari we munyabyaha w'imbere y'abandi. Ntabwo yiyise uwakabiri, uwagatatu cyangwa uwa kane. Yarirebye abona nta muntu ufite ibyaha biruta ibye! Uyu ni umuntu wari ufite impano zo gukiza indwara z'uburyo butari bumwe ndetse no gusengera abapfuye bakazuka, aravuga ko yari umunyabyaha wa mbere. Ariko iyo witegereje neza muri urwo rwandiko rwa Timoteyo, azirikana ubuntu bukomeye n'icyizere Imana yamugiriye (1 Timoteyo 1:12). Arongera kandi akazirikana imbabazi zikomeye Imana yamugiriye (1 Tim 1:13), maze akavuga ko icyatumye Kristo amubabarira kwari ukugirango yerekanire muri we kwihangana kwe kose no kumugira icyitegererezo cy'abazamwizera bose bagahabwa ubugingo buhoraho (1 Tim. 1:16).

Mu ntambara Pawulo ahora arwana yo kwica Kamere agezaho agataka nk'umuntu ubonye ishyano, cyangwa upfuye, akibaza umuntu uzamukiza umubiri umutera urupfu (Abaroma 7:24). Ariko muri uko gutaka, ahita ashima Imana iyo yibutse ko Imana ubwayo izajya imukiza muri yo ntambara ya Kamera kuko Kristo yarwanye iyo ntambara akanesha, na we afite ibyiringiro yuko azajya amurwanirira (Abaroma 7:25).

Hano iyo mpageze nanjye ndavuga nti, Mana uzi kamere yanjye, uzi ko nta kiza kimbamo uretse ibyaha mpora ndwana na byo. Niba Pawulo yarirebye akibonamo ibyaha ni gute jyewe nakwibonamo ibyiza gusa? Nkuko Pawulo yabivuze, nanjye nta wundi wantabara uretse Kristo. Nawe ndatekereza ko niba ariko wireba ukibona, wagombye kugira ibyiringiro ko dufite umutabazi umwe ari we Kristo Yesu. Vuga ngo Amen!

Nagirango nsobanure ko indangamuntu yacu mu Mana atari ukuba umunyabyaha. Dufite kamere y'icyaha twakomoye kuri Adamu wa mbere, ariko dufite no gucungurwa dukesha Adamu wa kabiri ari we Kristo. Twacunguwe n'amaraso y'umwana w'Imana. Ijambo "gucungurwa" cyangwa se "apolutrosis" mu rurimi rw'Ikigiriki rivuga kuriha ikiguzi imbohe yagombaga gutanga kugiramgo ibohorwe.

Yesu yarabambwe kugirango Barabasi arekurwe. Kristo yaradutsindishirije, atugira abakiranutsi ku bwo kwizera. *"Nuko rero ubwo twatsindishirijwe no kwizera, dufite amahoro ku Mana ku bw'Umwami wacu Yesu Kristo, wadushyikirije ubu buntu dushikamyemo ku bwo kwizera, ngo tubone uko twishimira ibyiringiro byo kuzabona ubwiza bw'Imana*" (Abaroma 5:1-2).

Ni ukuvuga ko tubarwa nk'abakiranutsi ku bwo kwizera Kristo. Ubuntu ni bwo bwadukijije, ariko ubwo buntu ntibuduha uburenganzira bwo gukora ibyaha. Ntabwo dukora ibyaha kugirango ubwo buntu busage (Abaroma

6:1). Ariko duhora turwana na kamere, kandi muri iyo ntambara Kristo ni we uturwanirira. Kumenya ko turi abanyabyaha bacunguwe bidufasha kubabarira abandi bantú basa natwe. Kumenya intambara turwana, bidufasha kwishyira mu mwanya w'abandi bantú basa natwe.

Yesaya ni Umwe mu bahanuzi bakuru dusanga mu Isezerano rya Kera. Yesaya yari atuye i Yerusalemu. Igihe cyose yabwiraga ubwoko bw'Imana amagambo abuhugurira guhindukira bakava mu byaha. Bimwe mu bintu Yesaya yahanuye byasohoye mu Isezerano rya Kera ibindi bisohora mu Isezerano Rishya. Amagambo y'umuhanuzi Yesaya tuyasanga agenda agaruka mu Isezerano Rishya inshuro 50.

Ibi bitugaragariza ko yari umuhanuzi ufite uruhare runini mu mateka y'ubwoko bw'Imana no muri Bibiliya muri rusange. Kimwe mu bintu bintangaza kuri Yesaya ni ukuntu yirebye mu ndorerwamo, akamenya neza neza uwo ari we. Iyo ndorerwamo yibonyemo amaze kubona Imana, bimutera kwibona uko yari ari neza neza. Arabivuga muri aya magambo:

"Mu mwaka umwami Uziya yatanzemo, nabonye Umwami Imana yicaye ku ntebe y'ubwami ndende ishyizwe hejuru, igishura cyayo gikwira urusengero. Abaserafi bari bahagaze hejuru yayo, umuserafi wese afite amababa atandatu. Abiri yayatwikirizaga mu maso he, yandi abiri yayatwikirizaga ibirenge bye, ayandi abiri yarayagurukishaga. Umwe avuga ijwi rirenga abwira mugenzi we asingiza ati "Uwiteka Nyiringabo arera, arera, arera. Isi yose yuzuye icyubahiro cye." Imfatiro z'irebe

127

ry'umuryango zinyeganyezwa n'ijwi ry'uwavuze ijwi rirenga, inzu yose yuzura umwotsi. Maze ndavuga nti "Ni ishyano, ndapfuye we! Kuko ndi umunyaminwa yanduye, kandi ntuye hagati y'ubwoko bufite iminwa yanduye, kandi amaso yanjye abonye Umwami Uwiteka Nyiringabo." (Yesaya 6: 1-5)

Yesaya amaze kubona Imana, yahise abona umucyo umugaragariza uko ameze. Burya iyo umuntu akiri mu mwijima nta kintu ashobora kubona. Hari abantu uzasanga bavuga ngo bakunda imyenda y'ikijuju kuko itandura nk'imyenda y'umweru. Kwibwira gutyo ntekereza ko ari ukwibeshya. Imyenda y'ikijuju yandura kimwe n'iyumweru, ahubwo amaso yacu ntabona iyo myanda. Impamvu tutabona iyo myanda ni uko umucyo usanzwe udashobora kuyitwereka. Imodoka y'umweru yandura kimwe n'iy'umukara, ariko umucyo iyo ugeze ku mukara ntabwo ugaragaza neza ivumbi cyangwa indi myanda iri kuri iyo modoka.

Ntabwo Yesaya yabonye ububi bwe gusa ngo bigarukire aho. Ahubwo umwe mu baserafi yakuye ikara ku rugarama arikoza ku munwa wa Yesaya aramubwira ati: "Dore iri kara rigukoze ku munwa, gukiranirwa kwawe kugukuweho, ibyaha byawe biratwikiriwe." Imana imaze kumukoraho ihita imutuma ku bwoko bwayo ngo ayivugire. Kubona Imana bidutera kwimenya. Kandi iyo twimenye tukatura nkuko Yesaya yatuye, ati "ndi umunyaminwa yanduye" bituma Imana idukoraho, yarangiza kudukoraho ikadutuma ku bandi.

Hari umubyeyi nigeze kumva avuga ngo yanga amatapi y'umweru kuko yandura ubusa, ndamureba ndamubwira nti, yose arandura ni uko wenda utabibona. Iminwa ya Yesaya yari yanduye na mbere atarabona Imana, ariko Yesaya yari atarabibona kuko ubwiza bw'Imana bwari butaramurika kuri we, niba kandi bwari bwaramaze kumumurikira, birashoboka ko amaso ye yari atarahumuka ngo ashobore kubona ububi bwe.

Yesaya yatuye hagati y'ubwoko buhumanye kuva kera, ariko byamugaragariye kurutaho amaze kubona Imana. *"Ariko byose iyo bitangajwe n'umucyo na byo ubwabyo bihinduka umucyo, kuko ikimurikiwe n'umucyo cyose gihinduka umucyo. Ni cyo gituma bivugwa ngo "Usinziriye we, kanguka uzuke, Kristo abone uko akumurikira!"* (Abefeso 5:13-14).

Kera nkiri umusore ndi hafi kugira imyaka 14 najyaga numva mama yiratira abandi babyeyi ukuntu ndi umwana mwiza. Yabwiraga buri wese ukuntu ndi intangarugero, kandi koko uwandebaga inyuma yabonaga nitonda. Navugaga make kandi sinari ndi inkubaganyi nk'abandi bana, nta biyobyabwenge nagiyemo, kandi sinari ndi umusinzi. Ibyo byatumaga mama ahora avuga ati, umwana wanjye nta muntu atuka, ntarwana, nta muntu ndumva yiyenzaho, nta bucakura agira, nta matiku, n'ibindi n'ibindi. Iyo aza kuba ari we usinyira abantu bajya mu ijuru, ubanza yari guhita ansinyira bwangu.

Nta kintu na kimwe yambonagaho kibi. Ahubwo yahoranaga impungenge ko ntari incakura nk'abandi bana twabyirukanye. Kuba narakuriye mu isi yuzuyemo ubucakura n'uburiganya byatumaga ahangayika, yibaza ati, umwana wanjye azabaho ate mu bantu b'iki gihe. Ariko hari ibintu byinshi atari azi kuri jye kandi ntashoboraga kumubwira kugirango ntiyicira ubuhamya.

Urugero, ntiyari azi ko igihe kimwe ndi ku ishuri hari umwana witwaga Mukama twari tugiye kurwana. Uwo mwana yahoraga anyiyenzaho kuko yari azi ko ndi umurokore ntashobora kurwana. Inshuro nyinshi yarazaga akanosha agahita yiruka, nanjye umunjinya ukaba urazamutse, ariko ntihagire ubibona. Maze abandi bana bakanjya mu matwi bakambwira bati, "ariko sha, kariya ka Mukama gahora kakwiyenzaho ko katakurusha imbaraga wazagakubise, ukakicaho?"

Nanjye nabitekerezaho nkumva ari inama ya kigabo kuko numvaga nta kundi najyaga kumwicaho. Ni kenshi nagambiriye kurwana na we mu mutima ariko ku bw'ubuntu bw'Imana sinabishyira mu bikorwa. Ibyo bitekerezo byo kurwana nta bwo mama yashoboraga kumenya ko nanabirota mu nzozi. Ariko nararwanye mu mutima no mu magambo, ndetse narishe mu bitekerezo.

Ikindi gihe naje kwigira inama yo kugerageza kumva uko itabi rimera. Hari iryo bakoraga mu mashara y'ibirere byumye ririmo ubusa, hari n'ibice by'itabi abana batoraga bagatumura. Maze igihe kimwe ninyabya mu gikari mfata agatabi ntumuye nka kabiri ndajugunya. Ibi nabikoze ndi mu gikari nta muntu undeba, ariko Imana yarandebaga. Ntabwo nari umunywi w'itabi, ariko sinavuga ngo nta tabi ryigeze ringera ku munwa.

Sinari umusinzi ugenda wandika umunani, ariko sinavuga ngo inzoga ntiyigeze ingera ku munwa. Ntabwo nari umunaziri nka Samusoni, ahubwo ndi umunyabyaha wagiriwe Ubuntu! Kubera guhora nshimwa n'abantu, cyane cyane ababyeyi, nanjye nakuze numva ko ndi umuntu mwiza. Abo twita abana beza burya na bo bashobora kubeshya, bashobora gutekereza kurwana, ntibabyara ibinyendaro, ariko barasambana, bararakara, ntibasahura amazu bakoresheje grenade, ariko biba isukari. Ni abanyabyaha nk'abandi bose ni uko tutareba mu mitima yabo, nk'uko nanjye mama atashoboraga kureba mu wanjye.

Ngeze mu kigero cy'imyaka icumi ni bwo natangiye kujya njya mu biterane by'amasengesho byaberaga ku musozi w'iwacu. Uko nagendaga njyayo ni nako narushagaho kugenda mbona ububi bwanjye. Igihe kimwe nahasanze indorerwamo nini yitwa Bibiliya, maze nyirebyemo mbanza kureba hirya nti, uriya mbonye ubanza atari jye, iyi ndorerwamo ifite ikibazo!

Ariko kuko hari umucyo mwinshi ugaragaza uko nari ndi, nta kuntu nashoboraga kwiyitiranya n'undi muntu. Icya mbere nasanze ndi umuntu wigenga kuko nashoboraga gukora ibyo nshatse byose mu rwihisho. Abantu benshi dukunda gukina umukino wa ya nyoni yitwa Otirishe.

Otirishe ni inyoni nini cyane, bavuga ko iyo ishaka kukwihisha imanura umutwe wayo mu mwobo uyegereye, maze ikindi gice cy'umubiri kigasigara imusozi uko cyakabaye. Kubera ko iyo yihishe mu mwobo iba itakureba, yibwira ko nawe utayireba. Abantu bamwe bibeshya ko kubera ko batarebesha Imana amaso, Imana na yo itabareba. Abantu twibwira ko turi beza, igihe cyose dukora ibigaragarira abantu ko ari byiza.

Maze kureba mu ndorerwamo y'Imana nasanze ndi umunyabyaha wahabiye kure. Nari nkeneye Umukiza kugirango antarure, angarure mu nzira. Nari nkeneye Umwami wo gutegeka ubugingo bwanjye, kuko nize ko ntari uwanjye ngo nigenge (1 Abakorinto 6:19).

Naje gusanga ko Kristo ari we wenyine washoboraga kumbera Umwami n'Umukiza. Nkomeje kwiga Ijambo ry'Imana nasobanukiwe ko abantu bose bakoze ibyaha ntibashyikira ubwiza bw'Imana (Abaroma 3:23). Niba ari abantu bose bakoze ibyaha ni ukuvuga ko nanjye nari muri abo. Naje kwigishwa kandi ko Imana yakunze abari mu isi cyane (ni ukuvuga nanjye ndimo), bituma itanga umwana wayo w'ikinege kugirango umwizera wese (nanjye ndimo) atarimbuka ahubwo ahabwe ubugingo buhoraho (Yohana 3:16).

Igihe kimwe uwatwigishaga yaje guhamagara abashaka guhitamo ubugingo. Ubwo byabaye ngombwa ko mpitamo ubugingo kuko numvaga nifitiye ubwoba bwo kujya mu muriro w'iteka. Ubwo ndapfukama baransengera, ntangira urugendo gutyo.

Nta muntu ushobora kumenya neza ibiri mu mutima w'undi muntu, kabone n'iyo yaba ari umubyeyi wakubyaye. Iyo nza kwimenya nk'uko abandi bantu bambonaga, ntabwo nari kubona impamvu yo guhinduka. Nkuko umurwayi uhakana indwara arwaye adashobora kujya kwa

132

muganga ngo avurwe akire, ni nako umunyabyaha uhakana ibyaha bye adashobora gukizwa. Kwimenya byampesheje kumenya ko mu by'ukuri ntiyizi, ahubwo ari Imana inzi.

Nasobanukiwe ko no kugirango ngire igitekerezo cyo kuyigana, ari ubuntu bw'Imana, kuko Imana yabonye nararohamye itera intambwe ya mbere yo kuza kunshaka. Gukizwa kwanjye nabigezeho mbiheshejwe no kwizera Kristo, bitavuye ku mirimo myiza cyangwa ingeso nziza abantu bambonagaho, ahubwo nakijijwe n'ubuntu bw'Imana ku bwo kwizera (Abefeso 2:8-9).

Yesaya na we amaze kwibona uko ari, Imana yamuhaye amaso yo kureba kure. Maze ntiyahwema guhanurira ubwoko bw'Imana kuko yaburebeshaga amaso y'Umwuka. Iyo umaze kwibona uko usa neza, ni na ho ushobora kubona abandi. Ntabwo ushobora kwimenya uko uri, utabiheshejwe n'Umwuka Wera. Yesaya yamaze kubona ubwiza bw'Imana no kwera kwayo, bimutera kubona uburyo afite iminwa yanduye, asaba Imana kumweza. Ibi byatumaga akorera Imana atinya kandi ahinda umushyitsi, agahora ahamagarira abantu guhindukirira iyo Mana nubwo benshi batumvise impuguro ze.

"Dore wa bwoko bukora ibyaha we, abantu buzuwemo no gukiranirwa, urubyaro rw'inkozi z'ibibi, abana bonona baretse Uwiteka, basuzuguye Uwera wa Isirayeli baramuhararuka, basubira inyuma. Ni iki gitumye mushaka kugumya gukubitwa muzira gukabya ubugome? Umutwe wose urarwaye, umutima wose urarabye, uhereye mu bworo bw'ikirenge ukageza mu mutwe nta hazima, ahubwo ni inguma n'imibyimba n'ibisebe binuka, bitigeze

133

gukandwa cyangwa gupfukwa, nta n'ubwo byabobejwe n'amavuta" (Yesaya 1:2-6).... "Kuko twese twahindutse abanduye, kandi n'ibyo twakiranutse byose bimeze nk'ubushwambagara bufite ibizinga, twese turaba nk'ikibabi, kandi gukiranirwa kwacu kudutwara nk'umuyaga." (Yesaya 64: 4-5)*

Umuntu wa gatatu ujya untangaza mu buryo yibonaga uko yari ari ni Dawidi. Dawidi yari umuhanzi, umuririmbyi, umwanditsi wa Zaburi, hanyuma aza no kuba umwami wa Isirayeli kumara imyaka 40. Ikindi kandi, Dawidi yari mu gisekuruza cya Yesu, ni na yo mpamvu Yesu bamwitaga mwene Dawidi. Nubwo Bibiliya ivuga neza ibyaha Dawidi yagiye agwamo, dusanga ko Dawidi yari umuntu utinya Imana cyane kandi wihanaga abivanye ku mutima. Ndetse Imana imuhamiriza ko yari afite umutima umeze nk'uko Imana ishaka (Ibyakozwe n'intumwa 13:22).

Uyu ni umuntu wirebaga akemera ibyaha bye, ariko akihana amaramaje. Dore uko yibonaga iyo yirebaga mu ndorerwamo yo kwisuzuma:

"Nta hazima mu mubiri wanjye ku bw'umujinya wawe, nta mahoro amagufwa yanjye afite ku bw'ibyaha byanjye. Kuko ibyo nakiraniwe bindengeye, Bihwanye n'umutwaro uremereye unanira. Inguma zanjye ziranuka kandi ziraboze, Ku bw'ubupfu bwanjye" (Zaburi 38: 4-6)... "Ariko jyeweho ndi umunyorogoto sindi umuntu, Ndi ruvumwa mu bantu nsuzugurwa na bose" (Zaburi: 22:7). "Dore naremanywe gukiranirwa, mu byaha ni mo mama yambyariye" (Zaburi 51:7). "Kuko ari wowe waremye ingingo zanjye, Wanteranirije mu nda ya mama.

Ndagushimira yuko naremwe uburyo buteye ubwoba butangaza, Imirimo wakoze ni ibitangaza, ibyo umutima wanjye ubizi neza. Igikanka cyanjye ntiwagihishwe, Ubwo naremerwaga mu rwihisho, Ubwo naremesherezwaga ubwenge mu byo hasi y'isi. Nkiri urusoro amaso yawe yarandebaga, Mu gitabo cyawe handitswemo iminsi yanjye yose, yategetswe itarabaho n'umwe……Mana, ndondora umenye umutima wanjye, mvugutira umenye ibyo ntekereza. Urebe yuko hariho inzira y'ibibi indimo, Unshorerere mu nzira y'iteka ryose" (Zaburi 139 13-16; 23-24).

Dawidi yari umuntu usanzwe nkanjye nawe. Ariko Imana yaramuzamuye imuvana kuba umushumba w'intama imugira umwami wa Isirayeli. Nyuma yaho yagiye anyura mu bintu bikomeye, agira abanzi benshi, agira ubutunzi bwinshi, ndetse agwa no mu byaha bitandukanye. Ibanga Dawidi yari afite nta rindi, ni uko yagiraga umutima wihana. Yari asobanukiwe yuko umutima umenetse kandi ushenjaguwe Imana itajya iwusuzugura na rimwe.

Ibyo byatumaga Imana imwishimira ikamubona nk'umuntu ufite umutima nk'uwo ishaka. Kugira umutima nk'uwo Imana ishaka ntibivuga kuba Malayika. Umutima Imana ishaka ni umutima wimenyaho ikibi ariko ukacyihana. Umutima umenetse ni umutima wemera guhanwa. Ni umutima uciye bugufi.

Kwimenya bizagusunikira kwihana. Kwimenya gusa ntugire icyo ubikoraho byagutera kwiyanga ndetse no kwigirira nabi, ukaba wanakwiyahura. Hari abantu biyahura babitewe n'uko ububi bwabo babona burenze urugero. Ni yo mpamvu uzasanga umuntu yica abantu yarangiza na we akiyica. Umuntu ujya kwiyica aba abona nta kiza kimurimo ndetse nta n'uwamubabarira, kuko na we ubwe atakwibabarira. Dawidi yarirebye abona ibyaha bye ari umutwaro uremereye atabasha kwikorera. Yarirebye abona inguma ze zinuka ndetse zaraboze, ndetse yibona nk'umunyorogoto.

Kugirango umwami yibone nk'umunyorogoto ni ibintu bitangaje cyane! Yarirondoye asanga yaravukiye mu byaha abikuriramo, ariko ibi ntibyatumye yiheba ngo yisabire gupfa. Ahubwo muri uko kwirondora yaje gutangazwa n'uburyo Imana imukunda, asanga yararemwe uburyo butangaje. Kwirondora byamuteye kumenya ko azwi n'Imana ndetse asobanukirwa ko we ubwe atakwimenya bihagije. Ibyo byatumye asaba Imana ngo imurondore, imwereke n'ibindi atari yiyiziho.

Reka gusenga kwa Dawidi natwe kutubere isengesho rya buri munsi. Dusabe Imana iturondore itumenye. Ntabwo dushobora kwimenya uko turi, keretse tumurikiwe n'umucyo w'Imana. Ntidushobora kwimenya uko turi, keretse duhagaze imbere y'indorerwamo y'Imana ariyo jambo ryayo. Iyo ndorerwamo ntabwo igaragaza mu maso gusa nka za ndorerwamo zisanzwe. Ikoresha imirasire imeze nka ya yindi abaganga bita "rayons X" igahinguranya ikagera n'imbere aho umuntu atabasha kubona. Umuririmbyi yasomye amagambo ya Dawidi muri Zaburi 139 ahita aririmba indilimbo ya 38 mu ndilimbo zo gushimisha agira ati:

136

1.   Ai Mana ndondora umenye ibyo nkora byose,
werekane uko ndi kose ntifata uko ntari.
2.   Ndondorera uyu mutima ni wowe ushobora,
kugaragaza ibirimo mu bwihisho bwawo.
3.   Umurika ahatabona aho umwijima uba,
umpe umutima ukangutse uzinukwa icyaha.
4.   Kandi umenya ibyo nibwira n'imigambi yanjye,
n'ibimbamo binyanduza bikangira imbohe.
5.   Mvugutira kandi uncure inkamba zimvemo,
umpindure icyuma cyawe uhora ukoresha.
6.   Maze nkwikubite imbere mpishurirwe
rwose yuko Imana ari urukundo rutagira ingano.

Ndi nde?   Iki ni ikibazo abantu basubiza uburyo butandukanye.   Abanyarwanda bakundaga kwivuga bakarondora amasekuruza yabo bakavuga n'ibigwi byabo. Muri iki gihe uhura n'umuntu utembera mu mujyi washaka kumenya uwo ari we akaba yaguhereje ikarita yanditseho amazina ye n'umwuga akora: Umwubatsi runaka, maître runaka, Dogiteri runaka n'ibindi n'ibindi. Mu banyamadini usanga bakunze kwivuga bagira bati, ndi Pasiteri Yoweli, ndi Musenyeri A.J., ndi Apotre Marius, Ndi umuvugabutumwa Kim, cyangwa ndi Umuhanuzi Emmanuel. Ibi byose nta kibazo mbibonamo, nta nubwo mbivugira kubinenga kuko gutanga aderesi zawe nta kibi kirimo.

Icyo gusa nshaka kuvuga ni uko izina ry'umwuga ukora ritagaragaza uwo uri we. Bene ayo mazina nyagereranya n'ikote umuntu yambaye. Ikote ntabwo rigaragaza uko usa imbere, waba wakarabye waba utakarabye; imyenda y'imbere yaba imeshe, yaba itameshe, waba ufite igipfuko imbere cyangwa kidahari. Ikoti ni ikoti. Mbere yo kuba dogiteri cyangwa mwarimu, uri umuntu. Mbere yo kwitwa general cyangwa major, uri umuntu.

Mbere yo kuba umucungamari w'uruganda runaka, uri umuntu. Mbere yo kuba umutegetsi wo hejuru, uri umuntu. Mbere yo kwambara rya koti uri umuntu, kandi numara no kuryamburwa uzakomeza ube umuntu. Wa mugani wa Yobu, wavuye mu nda ya nyoko ntacyo wambaye, uzasubira mu nda y'isi ntacyo wambaye.

Uri umuntu, uri uwo Yesu yapfiriye ku musaraba, uri umwana w'Imana. Niba waragize amahirwe yo kwakira Yesu Kristo nk'Umwami n'Umukiza wawe, ufite umugabane wawe mu bwami budashira. Niba ukibitekerezaho, nabwo Imana iragukunda kandi irashaka ko uyizera ugahabwa ubugingo budashira. Uri umuntu waremwe mu ishusho y'Imana. Uko usa kwose, Imana iragukunda. Ufite uburenganzira bwo guhitamo icyiza cyangwa ikibi. Icyo nakwifuriza gusa ni uko utatinda, kuko utazi iminsi usigaranye kuri yi si.

Iyo Imana ikurebye iri mu ijuru ntabwo ivuga ngo dore agoronome cyangwa bwana minisitiri runaka ibyo ari gukora. Ntabwo ikwita ambasaderi, cyangwa pasiteri. Ntabwo ikubona nk'umukozi wo mu rugo. Iyo usenze Imana ukayihamagara iri mu ijuru ntabwo yihutira kugusubiza kubera ko uri diregiteri w'uruganda runaka cyangwa umucuruzi runaka, cyangwa majoro runaka.

Imana ibangukira kugusubiza kuko yumvise gutaka

138

k'umwana wayo. Iyo uri mu murima uhinga, cyangwa
utera intabire ukigira hirya ugahamagara Imana, ntabwo
ivuga ngo wa muhinzi arahamagaye. Imana ntabwo ikwita
umukire cyangwa umukene.

Niba waramenye Imana, uri umwana w'Imana. Kandi
igihe cyose uyihamagaye, izumva guhamagara kwawe
nk'uko umubyeyi yumva gutaka k'umwana we. Imbere
y'Imana uri umwana, imbere y'Imana wambaye ubusa,
kuko ntacyo wayihisha. Icyubahiro cyawe cyangwa
ubukene bwawe ntibihindura uburyo ikubona, cyangwa
igukunda. Ariko uburyo ubanye na yo bishobora
kuyinezeza cyangwa ntibiyinezeze. Niba wiyizi wagombye
kugenzura no kumenya uburyo umubano wawe n'Imana
uhagaze.

Kwimenya bizagufasha kumenya ibintu bitatu
bukurikira: **Icya mbere bizagufasha kumenya yuko hari
impamvu uriho.** Burya iyo umuntu adafite icyo bita
intumbero mu rurimi rw'ikirundi, aba apfuye ahagaze.
Intumbero ni icyerekezo uganamo mu rugendo rwawe hano
kuri iyi si. Hari umuntu twigeze kuganira arambwira ngo
"jyewe nta gahunda njya nkora kuko gahunda zanjye zose
zifitwe n'Imana."

Ni byo koko gahunda zawe zose ziri mu maboko
y'Imana. Ntabwo wakwicara ngo wirate ibyo uzakora
Imana itabishatse ngo ugire icyo ugeraho. Ndetse Yakobo
atwihanangiriza kutiratana ibyo tuzakora ejo tutazi icyo
uwo munsi uzacyana. Uwo mwirato udashyira Imana
imbere ni icyaha (Yakobo 4:13-17). Ariko na none ntabwo
kuba umukristo bivuga kubyuka wicaye uryongora, uvuga

ngo nta kindi wakora kuko Imana ari yo izi gahunda zawe. Ibyo ni ubunebwe. Ibyo ni ukwipfusha ubusa. Imana yateguye gahunda nziza kuri wowe, ariko ugomba guhaguruka ukazigenderamo. Imana yateguye imirimo myiza kugirango tuyigenderemo (Abefeso 2:10).

Iyo wumva nta murava wo gukora ufite, burya uba wisuzuguye, kandi usuzuguye Imana. Kwisuzugura bitera ubunebwe, ubunebwe nabwo bugatera ubukene, kandi ubukene burica. Umwanditsi w'Igitabo cy'Imigani yabivuze neza ati: *"Nanyuze ku murima w'umunyabute, no ku ruzabibu rw'umuntu ubuze ubwenge. Nasanze hose ari amahwa, hose ifurwe yarahazimagije, kandi uruzitiro rwaho rw'amabuye rwarasenyutse. Nuko ndebye mbyitegereza neza, mbibonye mbikuramo gusobanukirwa. Uti: "Henga nsinzire gato, nihweture kanzinya, kandi nipfunyapfunye nsinzire." Uko ni ko ubukene buzagufata nk'umwambuzi, n'ubutindi bukagutera nk'ingabo* (Imigani 24:30-34).

Icya kabiri, kwimenya bizagufasha **gusobanukirwa neza ko Imana igufitiye imigambi myiza (Yeremiya 29:11)**. Bizagufasha kumenya ko utabereye ku isi kurya, kunywa, kwambara no kuryama. Bizagutera umurava wo gukora ukiri kuri iyi si kugirango imbuto z'amaboko yawe ziheshe Imana icyubahiro. Uri ku isi kubera ubutumwa ugomba gusohoza n'umurimo ugomba kurangiza. Iyo umenye neza ko uhagaze mu mugambi w'Imana, ubugome abantu bakugirira wabonaga nk'amabombe, usigara ububona nk'amababa atumurwa n'umuyaga.

Iyo ufite intumbero ishingiye ku mugambi w'Imana,

wirinda guhora uhanze amaso ku kababaro watewe n'abantu. Iyo uhagaze mu mugambi w'Imana, ubabarira abantu bakugiriye inabi kuko uzi neza ko nta n'umwe muri bo ushobora kugukura mu mugambi Imana igufitiye. Ntabwo ubabarira abakwanga gusa, ahubwo urabareba bakagutera impuhwe kuko batazi ibanga ugendana.

Icya gatatu, **kwimenya bizakwigisha guca bugufi**. Pawulo, Yesaya na Dawidi bamaze kwimenya, byabateye guca bugufi. Guca bugufi ntabwo bivuga kwiyanga. Ntibivuga kwisuzuguza cyangwa kwisuzugura ubwawe. Bivuga kwibona uko uri mu by'ukuri. Guca bugufi ni ukuzirikana agaciro Imana yaguhaye kandi ikakaguha ku bw'ubuntu, utari ugakwiriye. Ubwibone no kwishyira hejuru ni imbogamizi ikomeye yo kubabarira abantu ndetse no kubabarirwa n'Imana.

Iyo wumva uri hejuru y'abandi, akenshi uhakana ko udashobora kubabazwa, cyangwa guhemukirwa n'umwana w'umuntu kuko wumva nta cyaguhangara. N'iyo bakuvuze gato, ubyikuraho ukumva ko wowe utavugwa cyangwa ko izina ryawe ritakwanduzwa n'umuntu ubonetse wese. Kwibona guhakana ko nta kibi cyakuzaho, ugatangira kugenda ukora ibishoboka byose kugirango wirwanirire.

Iyo uri umwibone kabuhariwe, utekereza ko isi yose izenguruka iruhande rwawe nawe ukaba hagati ugenzura ibiri kuba byose. Nta mwibone utanga imbabazi, ahubwo yumva yapfukamirwa bakamuramya. Muri we yumva ari akamana gato gakwiriye ikuzo n'icyibahiro. Kandi mwibuke ko Imana yavuze ngo nta zindi mana zigomba kugaragara mu maso yayo, kandi irongera iti, icyubahiro cyanjye sinzagiha undi (Yesaya 42:8).

Guca bugufi bizagufasha kubabarira kuko uzasanga abaguhemukiye ntacyo ubarusha. Ni koko barakubabaje, ariko nawe ntubuze abandi wababaje. Mu yandi magambo ni abanyabyaha bahemukiye undi munyabyaha. Kwibona ni imbogamizi yo gusaba imbabazi uwo wakoshereje kuko uba wumva nta makosa wowe ugira. Kwimenya uko uri ntabwo ari ukwiyanga ngo wihemukire, ahubwo ni ukumenya ko wakunzwe n'Imana utari ubikwiriye, aho kwirata ugaca bugufi ugashimira Imana ubwo buntu yakugiriye, kandi ukababarira abandi bantu babi nkawe.

II. Intambwe ya Kabiri: Menya Umuntu kandi Umenye Mugenzi Wawe

Kera habayeho umugabo akitwa Makombe wari utuye ku Gatsinsino. Aho ku Gatsinsino ndahibuka kuko habaga amata y'ikivuguto aryoshye nakundaga gusangira n'umusore w'inshuti yanjye twiganye i Nyanza. Makombe yari afite umwuga wo kubumba kandi agakundwa n'abantu b'ingeri zose. Igihe kimwe yari mu nzira ajya gushaka urwondo rwo kubumba inkono maze ahura na Padiri agiye gusoma misa mu gitondo. Uyu mugabo Makombe yari azwi cyane kwa Padiri kandi afite inararibonye mu mwuga yari amaze imyaka irenga 30 akora.

Abapadiri n'ababikira bajyaga bamugurira ibibindi byo guteramo indabyo. Noneho Padiri aramusuhuza ati, "uraho Makombe ko ntaguherutse?" Makombe akubita ibipfukamiro hasi, amuhereza amaboko yombi ati: "Uraho uwampaye inka, nanjye ndaho by'iki gihe". Ubwo bakomeza ikiganiro no kubazanya amakuru, maze bagiye gutandukana Padiri aramubaza ati: "ushobora kunyemerera nkakubaza ikibazo maze iminsi nibaza?". Makombe ati, nguteze yombi Nyakugirimana.

Padiri ati, "maze imyaka myinshi nibaza umuntu icyo ari cyo ariko sindabona igisubizo. Makombe, ko mbona usheshe akanguhe, kandi ukaba uhura n'abantu buri munsi b'ingeri zose, ntiwambwira icyo umuntu ari cyo? Makombe areba Padiri aramwitegereza, areba hasi amara umwanya atekereza, arongera yubura amaso areba Padiri aramubwira ati: "Mwana wanjye, koko uracyari umwana. Igihe cyose wabereye kuri alitari, n'amashuri yose wize, ntabwo uramenya umuntu icyo ari cyo koko? Umuntu ni umuntu." Padiri ariyongeza aramubaza ati, nkeneye ibindi bisobanuro. Makombe aramubwira ati, "Umuntu ni ibumba kandi umuntu ni ubusa". Ubwo Padiri yahise yumva nta kindi yakwongera ku bisubizo ahawe. Yaramushimiye, maze batandukana batyo.

Abantu benshi bagiye bibaza ku kiremwa muntu. Abakomeye n'aboroheje, abashakashatsi b'ingeri zose, nta n'umwe utajya yibaza ku kiremwa muntu. Mu gitabo yise Léviathan, umufilozofe w'umwongereza witwa Thomas Hobbes avuga ko umuntu ari ikirura ku wundi muntu. Asobanura ko politiki ikorwa mu minsi ya none ishingiye ku mibanire hagati y'inyamaswa-bantu, agakomeza avuga ko muri yo mibanire buri muntu ari umwanzi wa mugenzi we.

Undi mufilozofe witwa Twain na we yibajije ku kibazo "umuntu ni iki?" Mu gusubiza icyo kibazo, Twain we avuga ko uburere n'umurage ari byo bigira umuntu icyo ari icyo. Akomeza asobanura ko nta bitekerezo cyangwa ibyiyumviro byacu bwite tugira, ahubwo ko ari byo twarazwe.

Ukurikije ibisobanuro bya Twain, umuntu agirwa uwo ari we n'abamureze. Nubwo ntemeranya ijana ku ijana n'ibyo Twain avuga, ababyeyi bafite uruhare rukomeye mu kurera abana. Ndetse hari umuntu umwe wigeze kuvuga ngo numpa umwana wawe ibyumweru bitandatu gusa, nzamugumana iminsi yose. Uwo muntu yashakaga kuvuga ko umurage umubyeyi aha umwana we mu byumweru byambere gusa, awugumana kurinda yisaziye, nta kiwukuraho.

Undi mufilozofe uzwi cyane w'umufaransa witwa Blaise Pascal we yagereranije umuntu n'urubingo, ariko yongeraho ko ari urubingo rutekereza. Pascal akomeza agira ati, «singombwa ko isi yose ikoranya intwaro zo kuruhonyora kuko rufite intege nke. Umwuka w'amazi, ndetse igitonyanga ubwacyo kirahagije kugirango kirwice ». Blaise Pascal yemera ko nubwo umuntu agaragara nk'umunyantegenke, afite ubushobozi budasanzwe kandi abantu batazi.

Rene DesCartes na we yabaye nk'uwunga mu rya Blaise Pascal ubwo yagiraga ati, "Ndatekereza ni ukuvuga yuko ndiho". Mu yandi magambo, ukurikije ibyo Rene Des Cartes avuga, kubaho ni ugutekereza. Kugira ubumuntu ni ukugira ibitekerezo.

Bibiliya itugaragariza yuko umuntu agizwe n'ibice

bitatu by'ingenzi: umubiri, umwuka, n'ubugingo. Umubiri turawubona, ariko umwuka n'ubugingo ntabwo tubibona. Biraruhije gusobanura itandukaniro hagati y'umwuka n'ubugingo. Umuntu yavuga ko byombi bigize igice cy'umuntu w'imbere utagaragarira abantu.

Akenshi dukunze gukoresha ijambo "umutima" dushaka kuvuga umuntu w'imbere. Iyo Bibiliya ivuze ijambo "umutima", ntabwo iba ishaka kuvuga urugingo rw'umutima uterera mu gituza, mu gice cy'ibumoso. Gukundisha Uwiteka ubwenge bwawe bwose, n'imbaraga zawe zose ni ukumukundisha íbice bikugize byose: umubiri, umwuka n'ubugingo.

Kwakira Yesu mu mutima ntibivuga ko azaza gutura mu nyama y'umutima wawe. Akamaro k'umutima ni ukwakira no kwohereza amaraso mu duce dutadukanye tw'umubiri. Ikindi, iyo Dawidi avuga ngo Imana ikunda abafite umutima umenetse kandi ushenjaguwe, ntabwo aba avuga urugingo rw'umutima, aba avuga wa muntu w'imbere. Mu muntu w'imbere ni ho haturuka ibyiza n'ibibi.

"Kuko mu mutima w'umuntu ari ho haturuka ibitekerezo bibi: kwica no gusambana no guheheta, kwiba no kubeshyera abandi n'ibitutsi. Ibyo ni byo bihumanya umuntu, ariko kurisha intoki zitajabitse mu mazi ntiguhumanya umuntu". (Matayo 15:19-20). Yesu ati, "ntimugatinye abica umubiri ariko batabasha kwica ubugingo, ahubwo mutinye Imana yo ibasha kurimburira umubiri n'ubugingo mu nyenga y'umuriro" (Matayo 10:28).

Mu by'ukuri ibi bice bitatu by'umuntu (umubiri,

umwuka n'ubugingo) birakorana, Umubiri ni icumbi ubugingo n'umwuka bituyemo. Umubiri ntushobora kubaho udafite umwuka n'ubugingo. Iyo umuntu aguhemukiye aba akomerekeje umuntu w'imbere. Iyo tuvuze ngo abantu benshi bafite ibikomere, ntabwo bivuga ibikomere byo ku mubiri. Ni ibikomere byo mu mutima bitagaragarira abantu.

Iyo umuntu akuvuze amagambo mabi agusebya cyangwa agututse ukabyumva, ntacyo aba atwaye umubiri wawe, nta rwara aba akuriye. Ashobora no kubikora kuri telefone cyangwa kuri interineti. Ariko iyo amatwi yawe abyumvise byinjira mu mutima, ni ukuvuga muri wa muntu wawe w'imbere bikamera nk'umuntu ukujombye ikintu kikubabaza kandi mu by'ukuri umubiri wawe nta wawukozeho.

Kubabara k'umuntu w'imbere bishobora kugira ingaruka ku mubiri. Ushobora guta ibiro, cyangwa kurara udasinziriye kubera agahinda watewe n'abantu. Izi ngaruka ntabwo buri gihe zigaragarira abantu. Hari ubwo wiyitaho, abantu bakabona wambaye neza, n'ibiro byariyongereye ariko imbere mu mutima warashize. Hari abantu bamwe bongera ibiro kubera ibibazo byabarenze.

Mu bihugu bikize nka Amerika, abantu benshi bamara igihe kinini bicaye imbere ya Televiziyo, n'isahane y'ibiryo imbere yabo kugirango biyibagize ibibazo, abandi bazinukwa ibyo kurya bagahora mu itabi, ibiyobyabwenge, inzoga, n'ibindi. Muri ibyo byose nta muti womora urimo. Ahubwo bigenda byongera bya bikomere basanganywe aho kubikiza.

Abantu bakinyura mu ngaruka z'ubugome bagiriwe n'abandi bakizwa n'ijambo ryitwa kubabarira. Ibikomere abantu baguteye bicumbitse mu mutima wawe, muri wa muntu w'imbere, ni nayo mpamvu no kubabarira ari ho guturuka. Iyo ubabariye byo ku munwa gusa nta cyo bitanga, kubivuga gusa utabivanye ku mutima bisa n'urusaku rw'amabuye yituye ku yandi mu gihe bayapakurura mu ikamyo, cyangwa ibyuma birangira mu ruganda rw'abacuzi. Amagambo akiza aturuka ku mutima. Kumenya umuntu n'ibice bimugize bigufasha kumenya uburyo umuntu akora. Iyo umenye umuntu muri rusange, bigufasha kwimenya ubwawe, warangiza kwimenya ukamenya na mugenzi wawe.

Kumenya mugenzi wawe bizakugirira umumaro munini: Icya mbere, kumenya umuntu mugenzi wawe bizagufasha gusobanukirwa ko umuntu ari nk'undi. Ukuntu bakurya urwara ugataka ni ko na we bimugendekera. Ukuntu usitara ukava amaraso, ni ko na we iyo asitaye ava amaraso. Niba mugenzi wawe ari umuntu nkawe, mufite ubwonko busa. Nubwo mudahuje ibitekerezo, ariko mwese muratekereza, mwese mufite ubushobozi bwo guseka no kurira. Mwese mushobora kugira ibibanezeza muhuriyeho cyangwa bitandukanye. Mwese mufite ubushobozi bwo kuvuga. Umuntu ni nk'undi.

Kuvuga ngo umuntu ni nk'undi ntibishaka kuvuga ko Petero na Yohana ari umuntu umwe. Umuntu ni umuntu ku giti cye. Buri muntu afite kamere-muntu yihariye. Iyo kamere umuntu ayihabwa agisamwa mu nda ya nyina. Igihe intanga y'umugabo ihuye n'igi ry'umugore bikora

umuntu mushya utarigeze kubaho ku isi. Ndetse n'abana
bavukanye ari impanga nubwo bashobora gusa kuruta
abandi (cyane cyane iyo bahuje ibitsina), buri wese aba
afite kamere adahuje n'undi. Kuvuga rero ngo umuntu ni
nk'undi bishaka kuvuga ko mufite byinshi muhuriyeho
nk'ibiremwa muntu. Ibibahuza ni byo byinshi kuruta ibyo
mupfa.

Kubera ko umuntu ari nk'undi, mufite uburenganzira
bungana imbere y'amategeko. Mwese mufite umutima
ukunda, wishima kandi ukababara. Mwese muri
abanyabyaha. Mwese muzahagarara imbere y'intebe
y'imanza y'Imana ku munsi w'amateka. Niba uvuga ko uri
umwana w'Imana, na mugenzi wawe ni umwana w'Imana.
Niba wibona nk'umunyabyaha, na we ni umunyabyaha
nkawe. Niba uvuga ko Abanyarwanda bafite umuco wo
kubeshya, kuryarya no guhisha ibyo batekereza, wisuzume
neza kuko niba uri Umunyarwanda, ibyo ushinja abandi
banyarwanda nawe waba ubifite.

Kumenya mugenzi wawe bizagufasha kugirira impuhwe
uwakubabaje. Kugirango umugirire impuhwe bizagusaba
kugerageza kwishyira mu mwanya we. Urebe
icyabimuteye. Kwishyira mu mwanya we ntibivuga
kwemera amakosa yakoze cyangwa kuyaha agaciro.
Ahubwo bisa no kwambara inkweto ze cyangwa imyenda
ye, ukibaza uti, harya ubundi niba ndi umunyabyaha nka
we, sinakora nk'ibyo yakoze, cyangwa se nta bindi bintu
bibi jyewe naba narakoze bisa n'iby'uriya kandi nanjye
nzabazwa n'Imana, cyangwa Imana yambabariye kera nkiri
mu bujiji?

Kwishyira mu mwanya w'umuntu ntibivuga gupfobya ibibi yakoze, ahubwo bigufasha kuzirikana uko abanyabyaha batekereza, ukabagirira impuhwe. Iyo wishyize mu mwanya w'uwaguhemukiye bituma wumva ubabajwe nuko uwahemutse yikojeje isoni ubwe. Hari umuvandimwe nigeze kuganyira mubwira uburyo undi muntu yampemukiye, agiye kumbwira arambwira ngo "Genda umushushanye, umushyire hariya umwitegereze, nurangiza umubabarire". Uwo muvandimwe numvise anyigishije isomo ntazigera nibagirwa.

Burya Impamvu Yesu yababariraga bitamugoye, ni uko yari azi neza ko abantu ari abanyabyaha. Ntiyagombaga kubwirwa ibyabo kuko yari azi ibibarimo (Yohana 2: 25). Iyo umuntu aguhemukiye, biragoye kuvuga ngo ni umunyantegenke, kuko uba witaye ku kababaro kawe no ku bikomere yaguteye. Yesu ari ku musaraba, we ntabwo yahanze amaso imisumari bari bamuteye n'ibikomere bivirirana yari afite. Yabonye imbaraga zo kuvuga ngo "Data ubababarire kuko batazi icyo bakora" (Luka 23:34).

Aya ni amagambo akomeye kuyasohora mu kanwa ubambye ku musaraba, ufite imisumari mu biganza no ku birenge. Ni amagambo agoranye kuvuga wambaye ikamba ry'amahwa akujomba ku mutwe. Ni amagambo aruhije kuvuga, urimo kuvirirana, umubiri wose ari amaraso kubera imikoba iriho ibyuma baguhondaguye.

Ni ukuvuga ngo mu kababaro kacu, tugomba gutekereza ku baduhemukiye tukibuka ko n'iyo byaba bigaragara ko baduhemukiye babishaka, cyangwa babigambiriye, ariko mu by'ukuri babikoze mu bujiji. Iyo baza kumenya ingaruka z'icyaha cyabo wenda ntibari gukora ibyo bagukoreye, kuko ibihembo by'ibyaha ari urupfu (Abaroma 6:23). Reka dusabe Imana idushoboze kubababarira kuko batazi icyo bakora!!!!!

Gucira undi muntu urubanza akenshi tubikorera mu mitima aho abandi batareba, ugatekereza umuntu ugatangira kumushushanya n'amakosa ye yose. Iyo kumutekereza nabi bivuyeho hakurikiraho kumuvuga nabi tumubwira abandi, ibyo byavaho hagakurikiraho ibikorwa bibi. Guca imanza mu mitima bivamo amagambo, amagambo na yo agakurikirwa no gushyira bya bitekerezo mu bikorwa. Ntabwo uko utekereje umuntu nabi ariko umugirira nabi, ariko kumutekereza nabi n'intangiriro y'ubugome, ndetse ubwabyo ni ubugome. Ibyaha dushinja abandi bantu ugenzuye wasanga natwe tubifiite.

Niba ugenda uvuga ngo umuntu yarasambanye, nawe wigenzuye wasanga wararebye umugabo cyangwa umugore w'undi muntu ukamwifuza. Ibyo na byo Bibiliya ibyita ubusambanyi. Niba ucira urubanza umuntu ngo yishe abantu, nawe hari abantu warebye ubugome bwabo ukabifuriza gupfa, aho kubasabira kwihana ngo bababarirwe. Kwifuriza umuntu gupfa nabwo ni ubwicanyi bwo mu mutima.

Mu mitima yacu huzuyemo ubusambanyi, ubwicanyi, ubusambo kuruta ibikorerwa hanze aha, abantu barebesha amaso. Ayo marorerwa akorewa mu mitima yacu ntabwo ahanwa n'amategeko y'isi. Nta muntu wagufungira ko wifuje kuryamana n'umukobwa wabonye ahita mu nzira, kuko nta muntu usoma ibitekerezo byawe, keretse Imana ireba ibihishwe.

Nta muntu wajya kukurega ko wifurije umutegetsi runaka gupfa, ariko imigambi mibi n'ibyifuzo byawe byose bizwi n'Imana. Kwifuriza umuntu inabi ntikumenywa n'abanyamakuru b'iyi si. Ntabwo ubugome bwuzuye imitima yacu bugaragara ku mateleviziyo, ariko Imana irabuzi. Bibiliya itwihanangiriza kudacira abandi manza mu mitima kuko twese turi abanyabyaha: Reka tuzirikane imirongo ikurikira:

"Ntimugacire abandi urubanza mu mitima yanyu kugira ngo namwe mutazarucirwa, kuko urubanza muca ari rwo muzacirwa namwe, urugero mugeramo ari rwo muzagererwamo namwe. Ni iki gituma ubona agatotsi kari mu jisho rya mwene so, ariko ntiwite ku mugogo uri mu jisho ryawe? Cyangwa wabasha ute kubwira mwene so uti, 'Henga ngutokore agatotsi mu jisho ryawe', kandi ugifite umugogo mu jisho ryawe? Wa ndyarya we, banza wikuremo umugogo uri mu ryawe jisho, kuko ari bwo wabona uko utokora agatotsi mu jisho rya mwene so (Matayo 7: 1-5).

Mu Kinyarwanda baravuga ngo agahwa kari ku wundi karahandurika. Mu yandi magambo, biroroshye kubona amakosa y'abandi bantu. Biroroshye kubona agatotsi kari ku bandi kurusha kubona ingiga iri mu ryawe jisho. Biroroshye gutangazwa n'uko umuntu yararanye n'umugore w'undi mugabo muri hoteli runaka, ndetse ukihutira gushyuhaguza iyo nkuru. Ariko se iyo uhagaze kuri gare ureba abakobwa bahita, utekereza iki?

Yesu ngo bigeze kumuzanira umugore wafashwe

asambana, abwira Abayuda bamuzanye ati, "utarakora icyaha nabe ari we ubanza kumutera ibuye". Babyumvise bose basanga ari abanyabyaha. Yesu yirebera hasi, ashushanya mu mukungugu, maze ngo ajye kubura amaso, asanga bose bagiye bagenda urusorongo. Bagiye nk'ababebera, bamwe bagenda badasezeye kuri Yesu.

Hari ingiga z'ubwoko bwinshi zaheze mu maso yacu, zituma tutareba neza. Hari ingiga z'ubujura. Ntaho uratera ngo wibe nk'amabandi ya ruharwa dusanzwe twumva, ariko iyo unyuze ku iduka ukifuza ibitari ibyawe ubwo uba wamaze kubyiba mu mutima. Uwagufotora mu mutima yasanga urimo upakira, wamaze kubijyana ndetse ubigejeje kure. Duhora twiba ibintu mu mitima yacu ariko ntidufatwe. Amazu meza turayifuza tukayiba mu mitima, imodoka turaziba mu mitima, ariko kuko ntawe utureba mu mutima, ntidushobora gushyikirizwa ubucamanza. Dufite ingiga z'ubwicanyi bukabije muri twe.

Abantu benshi bakunze kwiyerurutsa ngo nta muntu bishe mu ntambara, ariko mu mutima waravuze ngo "awa", wishimira ko kanaka yapfuye. Ntabwo wafashe umuhoro, ariko wifuje kwihorera. Kwihorera ntabwo ari ugukiza, ni ukwica. Abanyarwanda dufite ingiga z'ishyari, ingiga zo kubeshya, ingiga z'uburyarya. Imana ifite kamera itwitegereza amanywa na nijoro, iyo kamera ishyikirijwe ubutabera, abenshi twarara muri 1930 cyangwa tukajyanwa Arusha, cyangwa La Haye, ndetse twacirwa igihano cyo gupfa uwo munsi, kuko tutabona gereza twakwirwamo. Kubera ko twese turi abanyabyaha, turasabwa kubabarirana, nkuko natwe twababariwe kandi duhora tubabarirwa muri Yesu Kristo.

"Mugirirane imbabazi nk'uko So na we azigira. "Kandi ntimugacire abandi urubanza mu mitima yanyu kugira ngo namwe mutazarucirwa, kandi ntimugatsindishe namwe mutazatsindishwa. Mubabarire abandi namwe muzababarirwa, mutange namwe muzahabwa. Urugero rwiza rutsindagiye, rucugushije, rusesekaye ni rwo muzagererwa, kuko urugero mugeramo ari rwo muzagererwamo namwe." (Luke 6:36-38*).*

"Urya byose ye guhinyura utabirya, kandi utabirya ye gucira ubirya urubanza kuko Imana yamwemeye. Uri nde wowe ucira umugaragu w'abandi urubanza, kandi imbere ya Shebuja ari ho ahagarara cyangwa akaba ari ho agwa? Ariko azahagarara kuko Imana ari yo ibasha kumuhagarika. (Romans 14:3-4).

Nkuko nigeze kuvuga haruguru, ntabwo umusambanyi yakosora undi musambanyi. Ntabwo umujura yahana undi mujura, kuko bose amategeko abatsinda ari amwe. Igihano cyabo ni kimwe. Impumyi ishaka uyirandata, ntabwo yitabaza indi mpumyi, kuko zose zarohama. Umubyeyi ubeshya biraruhije kugirango yigishe abana be kuvugisha ukuri. Umuntu ni nk'undi.

Ibyo dukorera abantu, natwe tuzabikorerwa, Ijisho tubareba ni ryo natwe tuzarebwa, urubanza tubacira ni rwo natwe tuzacirwa. Urugero rw'imbabazi tubagerera ni rwo natwe tuzagererwamo. Niba tubaha imbabazi z'agatonyanga, natwe ni zo tuzahabwa. Nitubabarira tukongeraho ngo "ariko", natwe tuzababarirwa ariko hongerweho ijambo, "ariko". Nidutanga urukundo rwuzuye akebo, natwe tuzahabwa urungana rutyo. Nidutanga urukundo rwuzuye umutiba natwe ni rwo tuziturwa.

Bibiliya ikomeza itubwira ngo, *"Urinde wowe ucira umugaragu w'abandi urubanza?"* (Yakobo 4:12). Mu kubaza iki kibazo Yakobo aragira ati, mbere yo kumenya amakosa y'abandi bantu, banza umenye ayawe makosa. Ese wagize igihe cyo kwirondora umenya uwo uri we? Uri nde wowe ushaka gukosora abandi, ukabaciraho iteka kandi atari wowe wabaremye? Igihe cy'urubanza kizagera, kandi ibyo twakoze mu rwihisho bizahishurwa umunsi umwe, *"Ni cyo gituma mudakwiriye guca urubanza rw'ikintu cyose igihe cyarwo kitarasohora, kugeza ubwo Umwami wacu azaza agatangaza ibyari byahishwe mu mwijima, kandi akagaragaza n'imigambi yo mu mitima. Ubwo ni bwo umuntu wese azahabwa n'Imana ishimwe rimukwiriye"* (1 Abakorinto 4:5).

"Bene Data, ntimugasebanye. Usebya mwene se cyangwa agacira mwene se urubanza aba asebya amategeko, kandi ni yo aba aciriye urubanza. Ariko nucira amategeko urubanza ntuba uyashohoje, ahubwo uba ubaye umucamanza. Utegeka agaca imanza, ni Imwe yonyine ari yo ibasha gukiza no kurimbura, ariko wowe uri nde ucira mugenzi wawe urubanza? (Yakobo 4:11-12).

Yakobo yakomeje avuga ko n'abigisha bacumura, n'abitwa abakozi b'Imana baracumura, cyane cyane mu magambo. *"Bene Data, ntihakabe benshi muri mwe bashaka kuba abigisha: muzi yuko tuzacirwa urubanza ruruta iz'abandi, kuko twese ducumura muri byinshi. Umuntu wese udacumura mu byo avuga aba ari umuntu utunganye rwose, yabasha no gutegeka umubiri we wose."* (Yakobo 3:1-2).

Muri aba bacumuzwa n'ururimi Yakobo na we yishyizemo kuko yavuze ngo "Twese, ducumura muri byinshi". Ducumura mu byo twumva, ducumura mu byo turebesha amaso, tugacumura mu byo dukoresha imibiri yacu. Ducumura tuvuga, twaceceka nabwo tugacumura. Ducumura turi mu nzira tujya gusenga, twakwicara mu Kiliziya na bwo tugacumura.

Wagirango twituriye mu nyanja yuzuyemo ibyondo, tuvana ukuguru kumwe mu ruhande rumwe rw'isayo y'ibyaha, twagutera mu rundi ruhande na bwo tukongera tugasaya. Ibicumuro byinshi bitugwirira ni ukureba amakosa y'abandi tukabagirira urwango mu mitima yacu kubera ko amaso yacu tuyahanga ku bibi bakora, tukabaciraho iteka nk'aho hari uwaduhaye ubwo burenganzira. Amakosa y'abandi atuma turara tudasinziriye, turayavuga bigatinda, ibyacu tukabyibagirwa.

Ese wari uzi ko iyo ducira abandi bantu imanza, tuba ducira amategeko urubanza, ndetse tuba tuyasebya? Gusebya amategeko biteye ubwoba. Iyo dushinja abandi kwica amategeko, dusa nk'abakoze amategeko mu jisho, kuko ayo mategeko arahindukira natwe akaturega, ndetse akaba yatwicisha. Twese dufite umucamanza umwe ari we Mana. Abitwa abarokore ntabwo batukana ibitutsi bimwe twita iby'abashumba, ariko bashobora kuvuga amagambo y'imfabusa, kandi Yesu yaravuze ati, "*ijambo ry'impfabusa ryose abantu bavuga, bazaribazwa ku munsi w'amateka. Amagambo yawe ni yo azagutsindishiriza, kandi n'amagambo yawe ni yo azagutsindisha.*" (Matayo12:36-

37).

"Ni cyo gituma utagira icyo kwireguza, wa muntu we ucira abandi urubanza. Ubwo ucira undi urubanza uba witsindishirije, kuko wowe umucira urubanza ukora bimwe n'ibyo akora. Ariko tuzi yuko iteka Imana izacira ku bakora bene ibyo ari iry'ukuri. Wowe muntu ucira urubanza abakora bene ibyo nawe ukabikora, mbese wibwira yuko uzakira iteka ry'Imana, kandi usuzugura ubutunzi bwo kugira neza kwayo, n'ubw'imbabazi zayo n'ubwo kwihangana kwayo? Ntuzi yuko kugira neza kw'Imana ari ko kukurehereza kwihana? (Romans 2:1-4). "Ariko ni iki gituma ucira mwene So urubanza? Kandi nawe ni iki gituma uhinyura mwene So? Twese tuzahagarara imbere y'intebe y'imanza y'Imana, (Abaroma 14:10). *"Kuko utagira imbabazi atazababarirwa mu rubanza, nyamara imbabazi ziruta urubanza zikarwishima hejuru" (Yakobo 2:13).*

Umurimo wazanye Yesu ku isi ntabwo ari ugucira abantu ho iteka. Gahunda ye kwari ugukiza abantu ntabwo kwari ukubarimbura. Imana ni Urukundo. Ni umutunzi w'Imbabazi, ariko iyo abantu banze izo mbabazi zitangwa ku buntu, ubwabo baba biciriyeho iteka. Yesu ubwe yarabyivugiye muri aya magambo agira ati, *"Ariko umuntu niyumva amagambo yanjye ntayitondere, si jye umuciriyeho iteka, kuko ntazanywe no gucira abari mu isi ho iteka, ahubwo naje kubakiza. Unyanga ntiyemere amagambo yanjye afite umuciraho iteka. Ijambo navuze ni ryo rizamuciraho iteka ku munsi w'imperuka"* (Yohana12:47-48).

Abantu bacirwa urubanza iyo bahisemo gusuzugura

Ijambo ry'Imana. Buri muntu wese ashoboye kwimenya, akamenya na mugenzi we, ntawe yagombye gucira urubanza. Ahubwo yakwibabarira ubwe, yarangiza akababarira mugenzi we, ahasigaye akaramya Imana.

III. Intambwe ya Gatatu: Kumenya Imana

Kera habayeho abagabo batatu b'impumyi bari batuye i Rwamagana, baza gutumirwa mu irushanwa ryo kujya kureba inzovu bakoresheje intoki, barangiza bakagaruka kubwira abandi uko inzovu isa n'uko bayibonye. Bose uko ari batatu nta n'umwe muri bo wari wakora ku nzovu uretse kumva abandi bantu bayivuga gusa. Uwa mbere yaragiye akorakora ku gutwi kw'iburyo, agarutse aravuga ati, nsanze inzovu ari ikintu cy'ikibabi kinini cyane, kibwataraye, gikomeye kandi gihanda.

Umuvugizi w'akanama kari kayoboye iryo rushanwa aramubwira ati, urakoze genda ube wiyicariye ku ntebe. Uwa kabiri na we aragenda akorakora kw'itako ry'ibumoso ariko ntiyagira ahandi ageza intoki, arangije agaruka yiyamira ati, ese burya ni uku inzovu isa! Nsaze imeze nk'umugina munini cyane, kuri uwo mugina hagiye hariho utwatsi tw'inshinge zihanda. Aragaruka na we yicarana na mugenzi we. Uwa gatatu aragenda arunama akora ku kinono kimwe cy'inzovu, agarutse ariyamira ati, "yewe ga yewe ga, inzovu bambwiye ndayibonye: imeze nk'ikibuye kinini twajyaga tumeseraho kera mu Gatare, igukandagiye ibyawe byaba birangiye."

Muri abo bagabo uko ari batatu hari uwakwibaza ati,

uwavuze inzovu nk'uko iteye muby'ukuri wavuga ko ari inde? Ahari umuntu yavuga ko bose bayivuze uko iri kuko bavuze ibyo bashoboye gukoraho n'intoki zabo, ntabwo babeshye. Abakoreshaga iryo rushanwa bashimiye abo bagabo uko ari batatu kuba baritabiriye iryo rushanwa. Abantu benshi bari bateraniye aho na bo bitegereje iyo nzovu yose, ariko bakayibona inyuma gusa. Ntibabonaga mu nda yayo, ntibabonaga na buri rugingo rw'imbere. Iryo rushanwa rirangiye bamwe batekereje ko izo mpumyi zitasobanuye neza uko inzovu iteye.

Ariko urebye, nta n'umwe mu bantu bari baraho bose washoboraga kuvuga neza imiterere y'inzovu. Kugirango umenye inzovu neza, ntibihagije kugira amaso areba inyuma, ahubwo bisaba kugira amaso ashishoza, akitegereza inyuma n'imbere. Ndetse bisaba ibyuma bya kabuhariwe, bireba imikorere ya buri rugingo. Bisaba kubana n'inzovu ukamenya uko ziteye, n'ubuzima bwazo bwa buri munsi.

Kumenya Imana na byo nabigereranya n'abo bagabo b'impumyi bashatse gusobanura uburyo inzovu isa. Hari abantu bamwe bibwira ko bazi Imana, ariko bayizi agace, kuko umugaragu w'Imana akaba n'inararibonye mu by'Imana, intumwa Pawulo yaravuze ngo *"tumenyaho igice kandi duhanuraho igice, ariko ubwo igishyitse rwose kizasohora, bya bindi bidashyitse bizakurwaho"* (1 Abakorinto 13: 9-10).

Hari n'abandi bibwira ko bareba kandi mu by'ukuri ari impumyi. Abo Yesu na bo yabavuzeho mu butumwa bwiza bwa Yohana agira ati, *"Nazanywe muri iyi si no guca*

amateka ngo abatabona barebe, n'ababona bahume"
(Yohana 9:39). Arongera kandi aravuga ati, *"Iyo muba*
impumyi nta cyaha muba mufite, ariko none kuko muvuga
yuko mureba, icyaha cyanyu gihoraho" (Yohana 9:41).

Kumenya Imana ntabwo ari ugukoresha ubwonko
bw'umuntu ngo umenye imiterere y'Imana nk'uko umuntu
yiga ubumenyi bw'isi cyangwa ibidukikije. Kumenya
Imana nshaka kuvuga ni ukugirana umubano na yo,
gusabana na yo, kugendera mu bushake bwayo, kuganira
na yo umunsi ku wundi. Uti, ibyo nabishobora gute? Mu
rukundo rwayo n'ubuntu bwayo, Imana yigaragarije abantu
mu buryo butandukanye: Uburyo bwa mbere, Imana
yaremye umuntu mu mu ishusho yayo, idutegeka gukunda
uwo muntu. Iyo wanze uwo muntu uba wanze Imana.
Uburyo bwa kabiri, Imana yohereje umwana wayo Yesu
Kristo, idutegeka kumwizera, kugirango tutarimbuka
ahubwo duhabwe ubugingo buhoraho (Yohana 3:16).

Ubonye uwo mwana aba abonye Se, kuko Yesu ari muri
Se, Se na we akaba mu mwana (Yohana 14: 9 & 10). Ibi
bitugaragariza neza ko Yesu ari umwe na Se; kandi uwo
mwana ni we nzira n'ukuri n'ubugingo. Ntawe ujya kwa Se
atamujyanye (Yohana 14:6). Uburyo bwa gatatu Imana
yihishuriye abantu ni mu bintu byose yaremye. Ijuru,
ukwezi, inyenyeri n'ibindi bigaragaza icyubahiro cy'Imana
(Zaburi 19).

Mu mapaji akurikiyeho nagirango nkomeze mbabwira
ibintu bike nagiye niga ku Mana, kandi ntekereza ko
byadufasha mu rugendo rwo kubabarira. Ntabwo
mbibabwira nk'umuntu wazobereye mu kumenya Imana,

cyangwa se warangije kaminuza yo kubabarira. Niba umaze imyaka ugerageza kubabarira bikaba byarakunaniye, ibyo bigaragaza ko ukeneye izindi mbaraga zidasanzwe. Izo mbaraga nta handi ushobora kuzikura uretse ku Mana yonyine.

Waba umuyisilamu, waba umugatolika, umuporoso, umupentekoti cyangwa utagira aho ubarizwa mu idini runaka, waba umwirabura cyangwa umuzungu, waba umwemera gato cyagwa umunyamwuka, ukeneye imbaraga zidasanzwe zo gukora ikintu cyananiye abantu benshi kuri iyi si aricyo "kubabarira".

Niba ufite umuntu cyangwa abantu bakubabaje mu buzima uhora ugenda wikoreye buri munsi, ukeneye gutura uwo mutwaro, ukeneye kubohorwa. Hari uwakwibaza ati, ese kumenya Imana bifitanye sano ki no kubabarira? Kumenya Imana harimo amabanga akomeye nasanze afitanye isano ikomeye no kubabarira. Muri urwo rwego nagirango mvuge ku bintu bicye gusa nize ku Mana, kandi numva byadufasha kubabarira bagenzi bacu.

1)   Imana Ni Urukundo (1.John 4:8)

Hari ukugira urukundo, hari no kuba urukundo. Imana ntabwo igira urukundo gusa, ahubwo yo ubwayo, ni ukuvuga muri kamere yayo, ni urukundo. Imana ni isoko y'urukundo. Ijambo urukundo ni ijambo rikunze gukoreshwa kenshi mu mvugo ya buri munsi. Umuntu ashobora kuvuga ati, nkunda imbuto, nkunda ibara ry'uburuuru, nkunda ibigori, nkunda inshuti yanjye runaka, nkunda umufasha wanjye cyangwa nkunda Imana.

160

Dukunze gukoresha ijambo rimwe ryitwa gukunda ariko mu by'ukuri dushaka kuvuga ibintu bitandukanye. Iyo tuvuze ngo "dukunda Imana" cyangwa ngo "Imana iradukunda" dukoresha ijambo rimwe, ariko mu by'ukuri urukundo rw'Imana rutandukanye n'urukundo rw'abantu. Urukundo abantu bakoresha mu mvugo rugiye rutandukanye bitewe n'icyo bakunda, cyangwa bagambiriye kuvuga. Iyo uvuze ngo ukunda imbuto ntabwo uzikunda nk'uko ukunda uwo mwashakanye. Iyo uvuze ngo umukwe n'umugeni barakundana, urukundo rwabo rutandukanye n'urwo umubyeyi akunda umwana we. Urukundo umwana akunda se rutandukanye n'urwo se na nyina bakundana, bityo bityo.

Kubera ko ururimi rw'Ikinyarwanda rukennye mu magambo, biba ngombwa ko dukoresha ijambo ryitwa urukundo, ariko mu by'ukuri dushaka kuvuga ibintu bitandukanye. Mu rurimi rw'Ikigiriki, hari amagambo atatu akoreshwa ku ijambo Abanyarwanda bita urukundo: Ijambo *Filewo*, rivuga urukundo rwa kivandimwe. Ni ukuvuga urukundo ruri hagati y'inshuti. Urugero, ushobora kuba wariganye n'umuntu cyangwa warakoranye n'umuntu ku kazi akakubera inshuti. *Filewo* ntabwo ikoreshwa hagati y'abantu bava indimwe gusa.

Abantu bava indimwe bashobora kugira *Filewo* hagati yabo cyangwa ntibayigire, bitewe n'uburyo babanye. Ni yo mpamvu usanga hari abantu bavuga ngo inshuti ikurutira umuvandimwe. Filewo ntabwo iterwa no kuba abantu barasamiwe mu nda imwe, ahubwo iterwa n'umubano abantu bagiye bagirana, ibibi n'ibyiza bagiye basangira, uburyo bagiye batabarana. Uwo mubano ushobora guturuka mu rugo bavukiyemo, mu mashuri biganye, mu kazi bakoranye, mu mikino bakinnye, mu ishyaka rya politike bahuriyeho cyangwa mu masengesho bafatanya bahuriramo.

Ijambo rya kabiri ni *Erosi*. Iri jambo dusanga mu rurimi rw'Ikigiriki na ryo rishaka kuvuga urukundo: Iri jambo rikoreshwa iyo bavuga urukundo ruri hagati y'umuhungu n'umukobwa. Akenshi iyi *Erosi* umuntu atangira kuyumva mu myaka y'ubwangavu, ni ukuvuga mu kigero cy'imyaka 13-16. Muri iyo myaka hari ihindagurika rikomeye ritangira kuba mu mubiri w'umuhungu n'umukobwa.

Hari amazi yitwa hormone (mu rurimi rw' icyongereza n'igifaransa) atangira kugenda yisuka mu maraso, maze bigatuma haba ihinduka ry'umubiri mu buryo bugaragara. Umuhungu atangira guhindura ijwi, kugira uduheri mu maso, kumera ubwanwa, kugira igituza kigaye n'ibindi. Muri iyo myaka umukobwa na we atangira kujya mu mihango, kugaragaza amabere n'ibindi bimwerekanaho igitsina gore.

Erosi ni nka rukuruzi hagati y'umukobwa n'umuhungu. Guhera muri iyo myaka y'ubwangavu, haba *erosi* hagati y'umugabo n'umugore. Iyi *Erosi* ni yo usanga abasore benshi bakoresha iyo bandikirana utubarwa n'abakobwa, bagira bati, ndagukunda sheri, waranzonze, wantwaye roho, n'ibindi n'ibindi. Umuhungu ashobora kugira *Erosi* ku mukobwa kuko uwo mukobwa aseka neza, yambaye neza, afite imisatsi myiza, cyangwa se yitonda.

Ibikurura abahungu ni byinshi. Umukobwa na we ashobora kugira *Erosi* ku muhungu bitewe n'uko uwo muhungu yambaye neza, aririmba neza, afite ubutunzi bwinshi, cyangwa ko akina umupira, akaba ari icyamamare. Iyi *Erosi* ni yo usanga abantu baririmba mu ndirimbo z'abakundanye twumva ku maradiyo cyangwa tureba mu mafilimi.

Ijambo rya gatatu rikoreshwa mu rurimi rw'ikigiriki ni *Agape*. Uru ni urukundo Imana ikunda abantu. Ni urukundo ruzira inenge. *Agape* ntabwo isaba ko umuntu aba yujuje ibyangombwa runaka. *Agape* ntabwo ikangwa n'ikintu icyo ari cyo cyose. Imana ntabwo igukundira amashuri wize cyangwa amafaranga ufite muri banki. Imana ntigukundira yuko uri umukire cyangwa uri icyamamare mu bakinnyi b'umupira. Imana ntigukundira uburanga cyangwa ubutagatifu bwawe. Imana idukunda uko turi. Ntabwo ireba imirimo myiza twabanje gukora. Imana idukunda kuko kamere yayo ari urukundo.

Kuko Imana ihoraho kandi Imana ikaba ari urukundo, ni ukuvuga ko urukundo rwayo ruhoraho. Ni Imana ihoraho, ni ukuvuga ko idafite itangiriro cyangwa iherezo. Urukundo rwayo narwo ni uko. Ntirugira itangiriro cyangwa iherezo. Yohana asobonura neza uburyo Imana ari urukundo. *"Bakundwa dukundane kuko urukundo ruva ku Mana. Umuntu wese ukunda yabyawe n'Imana, kandi azi Imana. Udakunda ntazi Imana kuko Imana ari urukundo"* (1 Yohana 4:7-8).

Imana yadukunze tukiri abanyabyaha. *"Tukiri abanyantegenke, mu gihe gikwiriye Kristo yapfiriye abanyabyaha. Birakomeye kugirango umuntu apfire umukiranutsi, nkanswe umunyabyaha. Icyakora ahari byashoboka ko umuntu yatinyuka gupfira umunyangeso nziza. Ariko Imana yerekanye urukundo rwayo idukunda, ubwo Kristo yadupfiraga tukiri abanyabyaha."* (Abaroma 5:6-8)

Kera habayeho Umugabo witwa Frederick Lehman wakoraga umwuga w'ubucuruzi. Uyu Lehman yari atuye mu mujyi witwa Pasadena, mu ntara ya California, mu gihugu cya Leta zunze ubumwe z' Amerika. Igihe kimwe uwo mugabo yaje guhomba ibyo yacuruzaga byose asigara apakira amacunga n'indimu. Umunsi umwe yagiye mu rusengero gusenga, umwigisha yigisha ku rukundo rw'Imana.

Lehman atashye akomeza gutekereza ku magambo yigishijwe. Maze ageze mu rugo, mu gihe yapakiraga imifuka y'amacunga, akomeza kumva Imana imuha amagambo ajyanye n'urukundo rw'Imana. Nta magambo nabona yasobanura iby'urukundo rw'Imana kuruta iyi ndirimbo Lehman yasigiye Itorero rya none. Reka twongere tuyiyibutse.

Mbega urukundo rw'Imana yacu ntawarondora uko rungana, rusumba ukwezi rusumba izuba kandi ikuzimu rugerayo. Rwatumye Yesu aza mwisi yacu ngo indushyi aturuhure. Na cya kirara cy'inzererezi rwatumye se acyakira.

Mbese urukundo rw'Imana yacu rwagereranywa niki? Mu ijuru n'isi baruririmbe kugeza iteka ryose.

Ingoma zose zo mu isi yacu zijya zihita zishiraho abanga Imana ntibayikunde bazashya bose be kwibukwa. Nyamara urwo rukundo rw'Imana rutagira akagero, urwidukunda twe abari mu isi ni rwo rutazashira.

Inyanja zose zaba nka wino, ijuru rikaba impapuro, ibyatsi na byo bakabigira byose uducumu tw'abanditsi. Abisi bose bakandikaho iby'urukundo rwayo, ntibabimara ntibyakwirwaho hakama inyanja ariyo.

Kandi uko ikunda umwana wayo nanjye ni ko inkunda ntakwiriye nari umugome nuko impa Yesu ngo ambambirwe ku musaraba.

Mu bo yacunguje ayo maraso nzi yuko nanjye ndimo, nzajya ndirimba urwo rukundo ndukwize mu isi yose.

2) Imana Ikunda Abari Mu Isi Bose (Yohana 3:16)

Isi ituwe na milliyari zirenga ndwi z'abantu. Abo bose Imana irabakunda. Ariko hari n'ababanje kuba ho mu binyejana byashize, abo na bo Imana yarabakundaga. Abazavuka mu myaka iri imbere na bo irabakunda kuko urukundo rwayo ruhoraho ntabwo rugira itangiriro cyangwa iherezo. Kuvuga ngo Imana ikunda abari mu isi bose bivuga iki? Bivuga yuko Imana ikunda abantu b'amako yose: Imana ikunda abaturanyi bawe. Imana ikunda abavandimwe bawe. Imana ikunda abantu mukorana. Imana ikunda abantu mwigana. Imana ikunda abantu bose uzi n'abo utazi.

165

Imana ikunda abantu utigeze ubona, bavuga indimi zitandukanye, bafite ibara ridasa n'iryawe, bafite izuru ritareshya n'iryawe, bafite umuco unyuranye n'uwawe, bakunda ishyaka rya politiki rinyuranye n'iryawe, basengera mu idini ritandukanye n'iryawe, ndetse bafite imyizerere itandukanye n'iyawe. Abo bantu bose Imana irabakunda. Abari mu isi yose ntabwo bivuga abo jyewe nawe twikundira gusa. Jyewe nikundira abavandimwe banjye, ariko nasanze kwaba ari ukwibeshya nibwiye ko Imana ari bo ikunda bonyine.

Imana ntabwo ikunda abo bose navuze buhoro, ahubwo ibakunda cyane. Ijambo "cyane" ntiwabona uburyo urigereranya. Rifite uburemere burenze ubwo wakwibwira. Umukobwa wanjye akiri muto yarambwiraga ngo arankunda. Noneho igihe kimwe nza kumubaza nti, "iyo utekereje usanga urukundo unkunda rungana iki?" Noneho nyuma yo gutekereza, arambwira ngo "Papa, ngukunda urukundo rungana n'urugendo rwo kuva ku isi ukajya ku kwezi, warangiza ukagaruka".

Urukundo rw'Imana rurenze cyane urukundo umwana akunda umubyeyi, cyangwa umubyeyi akunda umwana we. Uburemere bw'urukundo rw'Imana burenze kure ubushobozi bwo gutekereza k'umwana w'umuntu. Nta munzani wapima urukundo rwayo, kuko kuremera kwarwo kwatuma usandara. Nta gipimo dukoresha hano ku isi twakoresha ngo tumenye uburebure n'ubugari bwarwo, kuko urwo rukundo "rusumba ukwezi, rugasumba izuba. Ndetse n'ikuzimu rugerayo".

Aho rino jambo rikomerera, nongere mbisubiremo, ni

uko muri abo bantu bose Imana ikunda, harimo n'abo wowe udakunda. Harimo abo wita abanzi bawe. Ni ukuvuga ko abantu bakuvuga, abantu bagusebya, abantu bakugirira ishyari, abantu baguteranya, abantu bakwanga Imana irabakunda. Ndetse abantu bakwiciye ababyeyi, bakakwicira abana, bakakwicira inshuti, abo bose Imana irabakunda. Ntabwo Imana igira munyangire muri kamere yayo. Ntabwo ushobora gusaba Imana ngo ikwangire abantu udakunda kuko Imana ari urukundo. Ibi biragoye kubyumva ariko ni ihame. Imana ni urukundo kuri bose.

Imana ikunda abayisilamu, Imana ikunda abayihakana, Imana ikunda abayehova, Imana ikunda abashinwa, abahinde, abazungu, abirabura n'abarabu. Imana ikunda abami, ikunda ibikomangoma, igakunda ba malaya. Ubyemere cyangwa ubyange, Imana ikunda ba mayibobo, igakunda abasinzi, abajura, ikunda abarozi, igakunda abicanyi. Ikunda abarwayi, igakunda abaherwe bo mu isi, utumuga, ibikomerezwa n'insuzugurwa zo muri iyi si. Abo bose Imana irabakunda. Kuko Imana yakunze abari mu isi bose, kandi ikabakunda cyane byatumwe itanga umwana wayo w'ikinege. Ntabwo Imana ikunda ibyo abantu bakora byose. Imana yanga icyaha, ariko igakunda abanyabyaha. Nta n'umwe muri bo ishaka ko arimbuka, ahubwo ishaka ko bose (utavanyemo n'umwe) bayizera, bagahabwa ubugingo buhoraho.

3) Imana Irera

Ikintu cya gatatu nize kandi nkomeje kwiga ku Mana ni uko Imana yera. Ijambo kwera ubwaryo, ntabwo risobanura neza icyo kwera kw'Imana bishaka kuvuga. Ahari byaba byiza umuntu yifashishije amagambo atandukanye kugirango agerageze gusobanukirwa kwera kw'Imana icyo bivuga. Kwera ntabwo bivuze kugira ibara cy'igitare nkuko dukunze kwibwira. Umuntu agenekereje, yavuga ko Imana nta nenge igira. Imana Irakiranuka mu nzira zayo zose. Muri kamere yayo no mu ngiro yayo ntihabamo igitotsi. Nta kizinga cyangwa umunkanyari biba mu Mana. Ibyayo byose nta mugayo ubamo. Ijambo ry'Imana riduhamiriza yuko Imana ari iyera, kandi rikaduhugurira gusa na yo: "Muzabe abera nkuko ndi Uwera" (1 Petero 1:16).

Kubera uko kwera kw'Imana no gukiranuka kwayo, bituma Imana igira igitinyiro kidasanzwe. Mu Isezerano rya Kera, hari ahantu, mu ihema ry'ibonaniro, bitaga ahera, n'ahandi bitaga ahera cyane. Aho hagerwaga n'abatambyi gusa, kuko abandi bahegeraga bashoboraga kugwa. Abatambyi bageragayo na bo babanje kwiyeza. Kandi na bo byabaga ngombwa ko bagenda biziritse ikiziriko kugirango nibaramuka batejejwe neza bakagwa ahera, abandi babakurure babavaneyo batagombye kwinjira ahera, kuko bose bashoboraga kuhagwa, hakabura ukurura undi.

Mu gihe Mose yavuganaga n'Imana hafi y'igihuru cyaka umuriro, Imana yaramubwiye ngo nakweture inkweto ze kuko aho yari ahagaze hari ahera (Kuva 3). Igihe na none Imana yasezeranaga guhurira na Mose ku musozi kugirango imuhe ibisate by'amabuye byanditseho amategeko, yaramwihanangirije kugirango hatagira umuntu uzamuka uwo musozi cyangwa amatungo awurishaho (Kuva 34:3).

Igihe Dawidi yajyanaga n' Abisirayeli kuzana isanduku

168

y'Uwiteka ayikura ahitwa Kiriyatiyeyarimu y'Abayuda, bageze mu nzira inka zari ziyihetse ziratsikira, maze umugabo witwaga Uza arambura ukuboko kugirango ayiramire, *"Uburakari bw'Uwiteka bugurumanira kuri Uza aramwica, kuko yaramburiye ukuboko isanduku, agwa aho ngaho imbere y'Imana"* (1 Ngoma 13:10).

Erega birakomeye gusumirwa n'amaboko y'Imana nk'iyo. Ni nayo mpamvu Bibiliya itubwira ngo *"Mukorere Uwiteka mutinya, Munezerwe muhinde imishyitsi. Musome urya Mwana, kugira ngo atarakara mukarimbukira mu nzira, kuko umujinya we ukongezwa vuba. Hahirwa abamuhungiraho bose"* (Zaburi 2:11-12).

Mu gihe Yohana yerekwaga intebe y'ubwami, yabonye ibizima bine. *"Ibyo bizima uko ari bine byari bifite amababa atandatu, atandatu, byuzuye amaso impande zose no mu nda. Ntibiruhuka ku manywa na nijoro, ahubwo bihora bivuga biti: "Uwera, Uwera, Uwera, ni we Mwami Imana Ishobora byose, ni yo yahozeho kandi iriho kandi izahoraho"* (Ibyahishuwe 4:8).

Hari abantu bajya bibeshya cyane bakibwira ko kuremwa mu ishusho y'Imana bitugira imana. Kuba mu ishusho y'Imana ntibivuga kungana na yo, kandi kuba Yesu yarise abigishwa be inshuti ze ntibivuga y'uko tunganya igihagararo na Yesu. Imana ni Imana, natwe turi abantu. Turamya Imana ariko ntaho dusanga Imana iramya umuntu, ndetse yarahiye ko nta we izigera iha icyubahiro cyayo (Yesaya 42:8).

Turayikeneye, ariko yo ntidukeneye. Hano, ndashaka kuvuga ko turamutse twanze kuyumvira ntabwo ubuzima bwayo bwahagarara, ariko yo iduteye umugongo twarimbuka. Kuba ihitamo bamwe ikabakoresha, ni ubushake bwayo. Abantu baramutse banze yuko ibakoresha, yakoresha abandi, ndetse n'amabuye yayakoresha (Luka 19:40).

Imana irera, naho twebwe turakiranirwa. Daniyeli ni we wavuze mu isengesho rye ngo: *"Nyagasani, gukiranuka ni ukwawe ariko Ibyacu ni ugukorwa n'isoni"* (Daniyeli 9:7). Yesaya na we yunga mu rya Daniyeli ati: *"Kuko twese twahindutse abanduye, kandi n'ibyo twakiranutse byose bimeze nk'ubushwambagara bufite ibizinga, twese turaba nk'ikibabi, kandi gukiranirwa kwacu kudutwara nk'umuyaga"* (Yesaya 64:5).

Iyo Mana nubwo yera mu buryo butangaje, yaje muri twe itura muri twe, yitwa Emmanweli, bivuga ngo Imana iri kumwe na twe. Ituye ahera cyane tutari gushobora kugera iyo tutabiheshwa n'amaraso ya Kristo.

Kubera rero yuko Imana ari iyera, yanga icyaha aho kiva kikagera. Icyaha ni ikizira k'Uwiteka. Imana ikunda abanyabyaha b'uburyo butari bumwe, ariko yanga icyaha icyo ari cyo cyose. Abantu tujya dutandukanya ibyaha bito n'ibinini, ariko Imana yo ibyanga byose. Ibuka Yesu igihe yari ku musaraba yaratatse ati, Data ni iki kikundekesheje. Kuri ya saha yatakaga, igihano cy'ibyaha by'abari mu isi bose cyari kiri ku mutwe we.

N'ubwo yari umukiranutsi nta kibi na kimwe yakoze,

yagaragaraga nk'umunyabyaha kuri iriya saha, kubera ko ibyaha byacu byose byari biri ku mutwe we. Maze Imana imurebye imutera umugongo, kuko yanga icyaha. Icyo gihe ibyaha byawe nanjye, ndetse n'abantu bose Yesu yarabyikoreye. Igihe yari ku musaraba yari yemeye guhinduka ikivume ku bwacu kuko byanditswe ngo havumwe umuntu wese umanitswe ku giti (Gutegeka kwa kabiri 21:23).

Yaduhaye gukiranuka kwe, yambara gukiranirwa kwacu. *"Ni ukuri intimba zacu ni zo yishyizeho, imibabaro yacu ni yo yikoreye, ariko twebweho twamutekereje nk'uwakubiswe n'Imana agacumitwa na yo, agahetamishwa n'imibabaro. Nyamara ibicumuro byacu ni byo yacumitiwe, yashenjaguriwe gukiranirwa kwacu, igihano kiduhesha amahoro cyari kuri we, kandi imibyimba ye ni yo adukirisha. Twese twayobye nk'intama zizimiye, twese twabaye intatane, Uwiteka amushyiraho gukiranirwa kwacu twese"* (Yesaya 53:4-6).

Iki gikorwa Yesu yakoze ni cyo Pawulo yita gutsindishirizwa. Ni ukuvuga ko twatsinzwe ni urubanza rw'ibyaha byacu, ariko haboneka umuntu witwa Kristo yemera kwambara ibyo byaha ku bwacu, atwambika gukiranuka kwe, ubundi aravuga ati, ikizaba nzaburana. Kandi koko yaraburanye aratsinda. Ni nayo mpamvu atubuza kwihorera no kwirwanirira kuko igihe cyose aba yiteguye guhora aturwanirira.

4) Imana Ni Umucamanza

Imana ifite ibyangombwa byose biyihesha kuba

umucamanza w'abantu yaremye. Ubwo burenganzira
ntawe ibusaba, yarabuhoranye, irabufite kandi izabuhorana.
Abantu bitwaga abacamanza mu gihe cy'Isezerano rya kera
Imana yabaga yabitoreye. Akenshi dusanga Imana
yaragendaga yihaniza Abisirayeli, ibibutsa ko batagomba
guca imanza bazigoreka, cyane cyane ko bagombaga
kwirinda guhohotera imfubyi, abapfakazi,
n'abanyamahanga.

Mu isezerano Rishya Yesu yatwihanangirije cyane ibyo
kwirinda gucira bagenzi bacu imanza. Yatwibukije ko
mbere yo gutokora agatotsi kari mu jisho rya mugenzi
wacu, tubanza kureba umugogo, ni ukuvuga ingiga y'igiti,
iri mu jisho ryacu. Ikindi kandi dusanga mu Isezerano
Rishya ku bijyanye n'imanza, ni uko Imana igaragaza neza
yuko ari yo mucamanza w'ukuri. Nta bwo izakomeza
kurebera ikibi ngo yicecekere. Hari ubwo abantu bareba
umuntu w'umugome kandi ukomeza kugira ubwo bugome
imyaka igashira indi igataha bakibaza igihe bizamara, ariko
nagirango nkwibutse ngo *"Ntuhagarikwe umutima
n'abakora ibyaha, kandi ntugirire ishyari abakiranirwa.
Kuko bazacibwa vuba nk'ubwatsi, bazuma nk'igisambu
kibisi"* (Zaburi 37).

Kubera yuko Imana ari umucamanza, guhora ni
ukwayo. Ntabwo itwemerera kwihorera cyangwa
kwirwanirira, kuko iyo twirwaniriye bisa nkaho ari
ukuyaka intebe y'imanza tukayicaraho. Ikindi kandi,
kwihorera bigaragaza kutizera yuko ibyo Imana ivuga mu
ijambo ryayo ari ukuri. Kubabarira bisaba imbaraga
zidasanzwe kandi abantu benshi badafite. Imana ni yo
itanga izo mbaraga.

Imana ni urukundo, Imana yakunze abari mu isi bose kandi ibakunda urukundo ruhebuje. Ariko Imana ni na yo mucamanza w'abantu yiremeye. Iyo turobanuye abantu ku butoni, tukagira bamwe dukunda abandi tukabashyira ku ruhande tuba tunyuranije na kamere y'Imana. Iyo ducira abantu imanza, tukishyira aheza maze bo tukabashyira ahabi, tuba tunyuranije na kamere y'Imana. Imana ni yo iduha imbaraga zo kubabarira no kubana n'abantu bose amahoro.

5) Kubabarira Biterwa N'Igihe Umuntu Amarana N'Imana.

Uko ugenda ugirana umubano n'Imana, ni na ko ugenda wifuza kumarana na yo igihe. Umarana na yo igihe wiga ijambo ryayo, uyisenga, uyiramya. Uko ugenda uba imbere y'Imana, Imana na yo igenda igusiga ubwiza bwayo. Ntabwo uhinduka Imana, ariko ugenda urushaho gusa na yo. Ikintu cya mbere Imana iguha ni indorerwamo igufasha kwireba ukamenya uko usa, utagombye kubibwirwa n'undi muntu. Yesaya yabonye Imana arataka ati, ndapfuye we!

Pawulo yahuye n'Imana agenda mu nzira, hanyuma aza kumenya yuko ari umunyabyaha mbere y'abandi bose. Gidiyoni yagenderewe n'Imana arataka ati, ndi uwo hanyuma mu muryango w'iwacu, Aburahamu amaze kuganira n'Imana yiyumvisemo yuko nta cyo ari cyo ndetse ko ari incike, Dawidi amaze guhura n'Imana yabonye ibyaha bye bimutera gusenga yihana, arira, atakamba.

173

Yesaya amaze kubona ubwiza bw'Imana yasanze ibyo twibwira ko twakiranutse ari ubushwambagara gusa. Arongera asobanukirwa ko inzira zacu zitandukanye n'izayo kandi yuko ibyo twibwira bitandukanye n'ibyo yibwira. Nta muntu wamenye Imana ngo yibone nk'uri hejuru y'abandi. Imana itanga umutima mushya, n'Umwuka mushya. Imana itanga andi maso y'Umwuka, umuntu akibona nk'uko ari. Numara kubona Imana ikaguha andi maso yo kubona no kwimenya uko uri uzaba wujuje urufatiro rwo kubabarira. Kubabarira abandi bisaba kubanza kwimenya ubwawe no kumenya Imana itanga imbabazi.

Umukozi w'Imana witwa Heidi Baker uzwi kw'izina rya Mama Aida Avuga ko kwihererana n'Imana ari ryo banga ry'ugukura k'umukristo. Muri ubwo bwiherero ni ho twagombye gutura tukahaguma. Uko tugenda tubana n'Imana ni na ko inzara yo gushaka Imana muri twe igenda irushaho kwiyongera. Imbuto tuzera zizaterwa n'uburyo tubanye n'Imana. Umubano wacu n'Imana ugereranywa no kwibira mu ruzi.

Kugirango turengerwe n'urwo ruzi neza, bidusaba guca bugufi, bidusaba gupfa ku mitekerereze isanzwe. Imana ni inyanja y'Urukundo dukeneye guhora twogamo. Iyo amazi aturengeye muri iyo nyanja, dusigara tutacyitegeka ubwacu, nta gahunda zacu cyangwa kamere twakuriyemo biba bikidutwara, ahubwo dusigara dutwarwa n'umuraba w'ubushake bw'Imana.

Nawe numara kugirana umubano uhamye n'Imana, izaguha Urukundo rwayo. Ntibishoboka ko wagendana n'Imana ngo uyibangikanye n'urwango mu mutima wawe. Uramutse uvuga ko ugendana n'Imana ugahorana inzigo n'urwango mu mutima, ugakubita agatoki ku kandi, ubwo ntabwo ari Imana muba mugendana, ni iyindi myuka, imwe Pawulo yise imyuka ikorera mu batumvira. Byanze bikunze, nuramuka ugendanye n'Imana mu buzima bwawe bwa buri munsi, urwo rukundo izarugusiga uhereye mu bworo bw'ikirenge ukageza mu mutwe. Nugira urukundo, uzarebana mugenzi wawe ijisho ry'imbabazi.

Nugira urukundo uzihanganira ibyo utari gushobora kwihanganira, nugira urukundo uzakora ibintu bidasanzwe, kuko nk'uko mu Bakorinto ba mbere igice cya 13 tubisoma, *"Urukundo rurihangana rukagira neza, urukundo ntirugira ishyari, urukundo ntirwirarira, ntirwihimbaza, ntirukora ibiteye isoni, ntirushaka ibyarwo, ntiruhutiraho, ntirutekereza ikibi ku bantu, ntirwishimira gukiranirwa kw'abandi ahubwo rwishimira ukuri, rubabarira byose, rwizera byose, rwiringira byose, rwihanganira byose. Urukundo ntabwo ruzashira. Guhanura kuzarangizwa no kuvuga izindi ndimi kuzagira iherezo, ubwenge na bwo buzakurwaho"* (1 Kor 13: 4-8).

Kugendana n'Imana bizagutera guhora urwana intambara yo kunesha kamere. Imana izaguha kubona kudasanzwe. Uzabona mugenzi wawe nk'uko Imana imubona, uzakunda abanyabyaha, uzakunda abaguhemukiye, uzakunda abakwiciye, uzagira impuhwe z'abakuvuga, ugire agahinda k'abanyabyaha.

Yesu yahamagaye intumwa cumi n'ebyiri, bagendana na we, bumva amagambo ye kandi bitegereza imirimo akora kumara igihe cy'imyaka itatu. Ariko iyo ugenzuye neza usanga batatu muri abo cumi na babiri, Yohana, Yakobo na Petero ari bo bamaranaga na we igihe kuruta abandi.Yesu agihamagara Yakobo na Yohana bitwaga abana b'inkuba. Bari abantu bahubuka, bahutiraho, batagira impuhwe. Petero na we ntiyari atandukanye na bo cyane. Yihutaga mu magambo, rimwe agahusha ariko ubundi agasubiza ibyananiye abandi.

Igihe kimwe Yesu yashatse icumbi mu basamariya banga kumucumbikira, Yohana na Yakobo babibonye birabarakaza bahita basaba Yesu uburenganzira bwo gusaba ngo umuriro umanuke mu ijuru utwike abo bantu (Luka 9:54).

Izina, "abana b'inkuba" Yohana na Yakobo barikomoraga kuri iyo kamere, itagira impuhwe, ihutiraho, itomboka. Ariko igihe cyaje kugera kubera kubana na Yesu, ubukana bwabo buza gushira, imitima yabo iroroha.

Petero yaje kuvamo umusaza wuzuye ubwenge, uciye bugufi, uragira intama za Kristo. Abakurikirana amateka y'ubuzima bwa Petero batubwira ko Petero yapfuye abambwe, ariko asaba ko bamubamba bamucuritse kuko yangaga kubambwa nk'uko umwami we yabambwe. Kubera kubana na Yesu igihe kinini, Yohana na Yakobo na bo bavuyemo abakozi b'Imana buzuye urukundo n'ubwenge.

Mu bantu babanye na Yesu akiri hano ku isi, nta muntu numva waba waranditse ku rukundo kuruta Yohana. Uyu Yohana ni we wamwigishwa wiyitaga "Umwigishwa Yesu yakundaga". Yari yaracengewe n'urukundo rw'Imana kugeza ubwo yiyita uwo Yesu akunda. Uyu ni wa mwigishwa wari wiseguye igituza cya Yesu basangira ifunguro.... (Yohana 13:23). Yohana yigiye ku gituza cya Yesu, yiga urukundo icyo ari cyo, yiga no kubabarira.

Petero na we ni uko, yanyuze inzira nk'iya Yohana. Mu gihe Yohana yiyitaga umwigishwa Yesu yakundaga, Petero we yavugaga ko ari umwigishwa ukunda Yesu kuruta abandi. Nubwo dusanga ko yagize igihe yihakana Yesu, ariko nizera ntashidikanya ko Petero nta buryarya bwari mu rukundo yakundaga Yesu. Dukunze gucira Petero urubanza ngo ntiyahiguye umuhigo yari yahize wo gupfana na Yesu, ariko byibuze yarageraje, Yesu yarengaga undi na we ahinguka.

Mu gihe abandi bose bari bamuhanye, Petero yagize ubutwari bwo kwicara mu gikari cy'umutambyi. Yesu amaze kuzuka, ntabwo yamuciriyeho iteka, ngo amucyurire amwibutsa impamvu atapfanye na we nkuko yari yabimusezeranije. Yaramubabariye, aramwiyegereza, ashaka ko bongera kuba inshuti. Yamusanze aho yarobaga, asanga yakesheje ijoro ntacyo yafashe, ntiyamubaraho ibyabaye mu gikari cyo kwa Kayafa, ahubwo yongera kwiyunga na we, ndetse amugororera inshingano yo kuragira intama ze.

Umuntu nka Petero nta kuntu yashoboraga kutababarira, kuko yababariwe inshuro nyinshi. Umuntu nka Yohana nta buryo atari kugira urukundo, kuko yabanye n'Urukundo agendana n'Urukundo. Nawe nubana na Yesu, byanze bikunze uzasa nka we. Nkuko umuririmbyi yabivuze neza

ati, nutumbira Yesu, uzaba nka we. Bose bazamenya
k'ubana na we, bareke ubugome bitabe Yesu (Indirimbo yo
gushimisha 388). Erega, nta muntu ushobora gutanga icyo
adafite. Impamvu kubabarira byananiye benshi ni uko
badafite imbabazi muri bo, kandi izo mbabazi zirabuze
kuko batazi isoko yo kuzivomamo.

Iyo tumaze kwakira Yesu Kristo nk'Umwami
n'Umukiza wacu, byanze bikunze adutegeka kubabarira.
Azi ko turi abanyantegenke. Azi ko bidusaba imbaraga
tudafite. Ni yo mpamvu yadusezeranije Umwuka Wera
cyangwa Roho Mutagatifu. Uwo Mwuka Wera ni
umuvugizi, akaba umufasha, ndetse akaba n'umujyanama.
Ikibazo tugira ni uko nta mwanya tumufitiye. Iyo
tumaramye igihe n'Imana ntabwo tugira kubabarira gusa,
ahubwo turihanganirana, uko umuntu agize icyo apfa
n'undi. Vuga ngo Amen!

Ntitubabarira rimwe gusa, ahubwo duhora tubabarira.
Ntitubabarira karindwi gusa, ahubwo tubabarira karindwi
inshuro mirongo irindwi. Tubabarira ubuziraherezo.
Kwihanganirana ni ngombwa, cyane cyane iyo abantu
babana, cyangwa bafite ibyo bahuriraho. Imibanire
y'abantu bashakanye cyangwa bafite ibibahuza kenshi,
imibanire y'abavandimwe cyangwa abantu bakora mu kigo
kimwe, nkunze kuyigereranya n'imikorere y'imyuka yo mu
kirere ihora igenda igongana. Uti urashaka kuvuga iki?

Abahanga b'ubumenyi bw'isi bavuga ko ibintu bifatika
bishobora kubaho mu buryo butatu bw'ingenzi: ibikomeye
(tuvuge nka barafu), ibisukwa (nk'amazi), n'imyuka
(tuvuge nk'umwuka uva mu mazi mu gihe arimo kubira).

178

Buri kintu muri byo kigizwe n'utuntu duto cyane tutaboneshwa amaso bita mu gifransa molekile. Izo molekile ni nto cyane kuruta akadomo. Molekile zigize imyuka zihora zinyuranamo urudaca, zisekurana, zikongera zigataruka ubudahwema kubera imbaraga zizikoreramo. Uzitegereje neza, iyo wongereye ubushyuhe, amazi arushaho kubira ari nako umwuka ugenda uyavamo.

Ushoboye kwitegereza neza imbere muri wa mwuka, usanga ari urujya n'uruza rwa za molekile ibihumbi n'ibihumbagiza zigenda nk'umurabyo zinyuranamo zigongana zikongera zikikubita ku rukuta rw'ikintu zirimo. Iyi myitwarire ya za molekile inyibutsa cyane abantu babana mu nzu, bakorana ku kazi, biga mu ishuri rimwe cyangwa bafite ibindi bintu bibahuza. Bahora bagongana umunsi ukira. Umwe yikubita ku wundi agataruka nk'umupira, akongera kandi agasitara ku wundi, ubuzima bugakomeza.

Abantu bameze nk'abashoferi batwaye imodoka ariko batagira permi (uruhusa rwo gutwara imodoka), bahora bagongana buri munsi. Igitandukanya abantu n'utwo duce navuze tugize imyuka ni uko two dukubitana ntidukomeretsanye. Abantu bo bakubitana imitwe buri wese agasigarana uruguma. Mu gihe rutarakira, akaba agonganye n'undi uri iruhande rwe, cyangwa akongera agasekurana n'uwo bari basekuranye mbere.

Uramutse ushoboye gufungura imitima y'abantu, wasanga ari inguma gusa. Bamwe barakomereka bagatwikira ngo hatagira uzabaseka. Abandi barapfuka-pfuka ngo wenda iminsi nishira igisebe kizakira. Ntabwo igisebe kivurwa no kugipfuka, kivurwa no kugikanda ukacyoza. Iyo upfutse igisebe kitakanzwe ngo cyozwe, imyanda iboreramo, amashyira akiyongera, ubwo ni nako imyanda ikinjiramo, maze ahari agasebe hakaba umufunzo. Bene uwo mufunzo uhinduka indwara yica, ndetse hakaba hazamo na Kanseri.

Hari umugabo najyaga nkunda kubona ngiye gusura Nyogokuru wari utuye ahantu twitaga ku Kabacuzi. Uwo mugabo yitwaga Mugemantwari. Igihe cyose namunyuragaho, yabaga afite igipfuko ku murundi. Yajyaga guhinga afite icyo gipfuko, yavayo agakaraba, akisiga agasabune, akajya ku isoko agipfutse. Icyo gipfuko cyari kimumazeho imyaka ku buryo cyari cyarahindutse ibara ry'umukara kandi kera cyari umweru. Nakundaga kumwitegereza nkibaza amaherezo y'uwo mugabo. Uko umwaka ushize nararebaga nkabona kwa kuguru kuracyapfutse. Maze nitegereje mbona ukuguru kwe kwatangiye kunyunyuka.

Igipfuko cyaragumye kiragukanyaga, kubera igisebe cyagendaga cyiyongera gisatira igufa ry'imbere. Aho mariye gukura naje kujya kwiga hanze, sinaba ngishobora kubona wa mugabo. Ntabwo naje kumenya amaherezo y'uwo Mugemantwari, ariko birashoboka ko yaba yarahitanwe n'icyo gisebe kitavuwe neza. Birumvukana ko uwo Mugabo nta bushobozi bwo kwivuza yari afite. Mu bwenge bwe yibwiraga ko gupfuka igisebe bizatuma wenda gikira.

Hari abantu bajya bibeshya bibwira ko gutwikira ibibazo bizabirangiza. Abantu ugasanga baratonganye induru bayishyize hejuru, ariko aho kugirango buri wese yisuzume amenye amakosa ye noneho asabe mugenzi we imbabazi, ugasanga barasuhuzanije baramwenyuye ariko babikoreye hejuru y' imifunzo n'ibikomere umwe yateje undi.

Akenshi iyo havutse intambara hagati y'abantu, uzumva umwe avuga ati, uriya ni we uri mu makosa, ni we ugomba gufata iya mbere kuza kunsaba imbabazi. Hano birumvikana ko mu bantu bafite ibyo bapfa, hari umwe witwa gashoza ntambara. Uwo ni we wateje ibibazo. Uyu twamwita umuhemu cyangwa umugome. Ubusanzwe dukunze gutekereza ko ari we ugomba gusaba imbabazi z'uwo yahemukiye.

Mu muco nyarwanda ho iyo umugabo yakosaga abandi barateranaga bakumva impande zombi, utsinzwe agacibwa icyiru cy'inzoga. Ngirango uwo muco warakendereye. Icyakora n'izo nzoga bacaga uwakosheje, bashoboraga kuzisangira maze bamara gusinda bakongera bakarwana, ibindi bibazo bikaba biravutse kandi bibwiraga ko bashakaga umuti. Biba byiza iyo nyir'ugukosa yimenyeho amakosa akagira ubutwari bwo gusaba imbabazi, ariko ibi ntibikunze kubaho.

Ibyo dukunze kubona ni uko buri wese ajya ukwe undi akajya ukwe. Hano nagirango nongere nkwibutse rya jambo nigeze kuvuga mbere ngo, "uzatanga undi ku musaraba ni we uzatsinda". Ni ukuvuga ko n'uwahemukiwe afite uruhare mu kubabarira, bamusaba imbabazi batazimusaba. Natagira ubutwari bwo kubabarira, ntacyo azaba arushije uwamuhemukiye.

Ntabwo Umwuka w'Imana atwemerera kugenda twirata turirimba ngo "jyewe ndi umwere, ntabwo amakosa ari ayanjye". Iyo umuntu aguhemukiye aba akugiyemo umwenda ugomba kumuharira. Bibiliya iratubwira ngo nta wundi mwenda tugomba kugira uretse uwo gukundana. Kwicara ku ntebe utegereje ko uwaguhemukiye aza kugusaba imbabazi ni uguta igihe cyawe.

Kuko hari benshi batazigera bemera ko bari mu ikosa, kereka Imana ibashoboje kwireba mu ndorerwamo. Hari abantu bahitamo gupfa, aho kugirango bemere amakosa yabo. Iyo uhemukiwe n'umuntu nk'uwo, ntabwo urwana intambara yo kumuhindura, ahubwo uramureba ukamugirira impuhwe ndetse ugatakambira Imana ngo imwiyereke. Kugera kuri urwo rwego na byo ni ubuntu bw'Imana.

6) Imana Ibabarira Burundu, Irabohora, Kandi Ikibagirwa

Nkuko nigeze kubivuga mbere, mu rurimi rw'Ikigiriki, ijambo "Kubabarira" cyangwa "Afesis" rivuga kubohora, nkuko wabohora umuntu wari uboshye, akigendera. Kubabarira bivuga kurekura, nk'uko warekura inyoni wari wafashe ikaguruka. Ijambo "afesis" rivuga kubabarira burundu, nta kintu usize inyuma. Iri jambo "Afesis" cyangwa kubohora, turisanga muri Bibiliya inshuro 17.

Urugero, iri jambo urisanga mu mirongo ikurikira: Matayo 26:28; Mariko 1:4; Luka 1:77; Luka 3:3; Luka 24:47; Ibyakozwe 2:38; Ibyakozwe 5:31; Ibyakozwe 10:43;

Ibyakozwe 13:38; Ibyakozwe 26:18; Abakolosayi 1:14. Muri iyo mirongo yose ndetse n'indi ntarondoye, ijambo "afesis" cyangwa kubabarirwa ibyaha bivuga kubohora ku ngoyi, cyangwa kurekura imbohe ikagenda. Kudahabwa imbabazi na byo bivuga kuguma kuri iyo ngoyi, cyangwa kuguma mu munyururu.

Iyo Imana itubabariye, iba itubohoye ku ngoyi y'icyaha. Ntabwo itubohora amaguru gusa ngo amaboko asigare aboshye. Imana itubohora uduce twose. Itubabarira byose. Iduhanagura byose, yarangiza ikabyibagirwa. Uti none se Imana iribagirwa? Kwibagirwa kw'Imana bivuga ko Imana itatubaraho urubanza rw'ibyo twakoze kera tutarihana. Ijambo ry'Imana ribivuga neza muri aya magambo:

"Ubwanjye ni jye uhanagura ibicumuro byawe, nkakubabarira ku bwanjye, kandi ibyaha byawe sinzabyibuka ukundi" (Yesaya 43:25; Abaheburayo 8:12; Abaheburayo 10:17). "Kuko bose bazamenya uhereye ku muto ukageza ku mukuru. Nzabababarira ibicumuro byabo, kandi ibyaha byabo sinzabyibuka ukundi" (Yeremiya 31:34, b). Uhoraho agira impuhwe n'imbabazi, atinda kurakara kandi yuje urukundo. Ntahora ashinja abantu ibyaha, nta n'ubwo ahorana inzika. Nta duha igihano gikwiranye n'ibyaha byacu, ntatwitura ibikwiranye n'ibicumuro byacu. ...Nk'uko iburasirazuba ari kure y'iburengerazuba ni ko atubabarira ibyaha akabishyira kure yacu" (Zaburi 103:8-12). (Bibiliya, Ijambo ry'Imana)

Kristo yabaye igitambo gihagije kiduhesha kugaragara nk'abakiranutsi imbere y'ubucamanza butagatifu. Abizera umurimo Kristo yakoze ku bwabo, bahita bahinduka abere, kabone n'iyo baba barakatiwe igihano cyo gupfa. Dosiye yabo ihita icishwamo umurongo. Basohoka muri gereza izuba riva, bakagenda bitera hejuru basimbuka, bahimbaza nka cya kirema cyahoraga cyicaye gisabiriza ku irembo ryitwa Ryiza (Soma inkuru irambuye mu Byakozwe 3:1-10).

Ngirango abasoma iki gitabo barigeze gufungwa barabizi. Guhanagurwaho icyaha bitera ibinezaneza. Kubera ko Imana ari umucamanza w'ukuri, ntabwo ishobora kubaraho urubanza abamaze kuhagirwa n'amaraso ya Kristo. Imana iramutse iciriyeho iteka abamaze kwezwa n'amaraso ya Kristo yaba isuzuguje amaraso y'Umwana wayo, ndetse yaba iyatesheje agaciro. Imana ntishobora kugarura imbere yayo dosiye y'abo yamaze kubabarira.

Imana ntigira inzika. Imana ntigira ikigega ibikamo ibyaha twakoze kera ngo hanyuma izabigarure mu rubanza. Imana yacu ntiyuza. Ntigira munyangire ! Amaraso y'intama n'ihene by'Abayuda ntibyashoboraga kubakiza ibyaha byabo burundu kuko bahoraga babitamba uko bacumuraga. Ibyo bitambo byabo byashushanyaga igitambo cy'Umwana w'Intama w'Imana ari we Kristo. Iyo twizeye Kristo wabambwe akazuka, aratubabarira burundu. Ni ukuvuga ku buryo budasubirwaho.

Iyo Kristo atubabariye, aca ingoyi zose zari zituboshye, adutura imitwaro yose yaduhetamishaga, maze tugasigara tugenda twemye. Aduharira imyenda yacu yose kuko ubwe yitangiye indishyi twagombaga kuriha. Iyo ndishyi ni amaraso yavuye ku musaraba. Iyo ndishyi ni za nkoni yakubiswe. Iyo ndishyi ni urupfu rubi yapfuye ku musaraba rwabanjirijwe n'imibabaro yose yagize ku bwawe nanjye.

Niba waracumuye, hanyuma ukihana ugasaba Imana imbabazi ubikuye ku mutima, wizere ko wamaze kubabarirwa kandi nawe ugire kwibabarira. Iyo umwanditsi wa Zaburi avuga ngo ibyaha byacu yabijyanye kure kungana nuko iburasirazuba hitaruye iburengerazuba aba avuga ko ntaho tuzongera guhurira n'ibyo byaha.

Ibyo byaha ntabwo bizagaruka mu rubanza rwacu. Iyo dosiye yamaze gufungwa kera. Satani nagerageza kuyigarura mu bitekerezo byawe, ujye umubwira uti "Genda satani, ibyaha byanjye byagiye kure nk'uko iburasirazuba hitaruye iburengerazuba, cyangwa ijuru ryitaruye isi. Imana yabiroshye mu nyanja yitwa kwibagirwa." Nguko uko Imana yatubabariye, kandi ni nako idusaba kubabarira abandi.

7) Andi mabanga yo Kubabarira

Icya mbere, kubabarira bizashoboka nugira umutima ushaka kubigeraho. Kuko nubwo Imana ari yo iduha izo mbaraga, natwe ubwacu tugomba kubinyotera, tukabigirira inzara. Ntabwo Imana izaza ngo idutsindagiremo ikintu tudashaka. Imana yanga agahato, kandi yaduhaye uburenganzira bwo guhitamo icyiza n'ikibi.

Ikibazo rero si uko byakunaniye, ikibazo ni ukumenya niba mu by'ukuri umutima wawe ubishaka. Mbere yo kugira intambwe utera n'imwe, banza wisuzume wowe ubwawe wimenye, urebe niba ufite ubwo bushake cyangwa ntabwo ufite.

Ikindi cya kabiri nk'uko nabivuze haruguru, ukeneye kumenya mugenzi wawe. Kumumenya bizagufasha kugerageza gusobanukirwa impamvu umuntu runaka yaguhemukiye. Ibi ntibivuga yuko uzashyigikira amakosa ye, cyangwa ngo unezezwe n'ubugome yakugiriye. Ariko bizakwibutsa yuko ari umuntu nkawe.

Icya gatatu, ukeneye kumenya Imana. Kumenya Imana ntibivuga kuyimenya mu mutwe, ahubwo ni ukugirana umubano unoze na yo. Kumenya Imana bizaguha imbaraga zidasanzwe zo kubabarira umuntu wananiwe kubabarira. Ibi ntabwo bizagusaba kujya kwiga amashuri ahambaye. Imana tuyimenya ku bwo ubuntu bwayo tubiheshejwe no kwizera: Ijambo ry'Imana mu Befeso 2:9 ritubwira neza yuko, dukizwa n'ubuntu ku bwo kwizera. Ntibituruka kuri twe ahubwo ni impano y'Imana.

Ubuntu bivuga Impano duhabwa tutagombye kuriha, ariko iyo umuntu aguhaye impano, bigusaba kurambura ibiganza byombi ukayakira. Kwizera bivuga kwemera ibyiringirwa nta gushidikanya na gucye. Kwizera ni ukwemera ibitariho nk'aho biriho (Abahebirayo. 11:1-3).

IV. Intambwe ya Kane: Kumenya Umwanzi Wawe

Iyo umuntu atangiye urugendo rujya mu ijuru aba atangiye intambara, aba agiye ku rugamba. Niba uri umukristo ukaba nta ntambara urwana mu buzima bwawe, wagombye kugenzura inzira uhagazemo iyo ari iyo, kuko inzira ijya mu ijuru ni inzira yo kurwana.

Pawulo yavuze ku by'urwo rugamba muri aya magambo: *"Nubwo tugenda dufite umubiri w'umuntu ntiturwana mu buryo bw'abantu, kuko intwaro z'intambara yacu atari iz'abantu, ahubwo imbere y'Imana zigira imbaraga zo gusenya ibihome no kubikubita hasi. Dukubita hasi impaka n'ikintu cyose kishyiriye hejuru kurwanya kumenya Imana, dufata mpiri ibitekerezwa mu mitima byose ngo tubigomōrere Kristo."* (2 Kor 10:3-5).

Intumwa Pawulo arongera yandikira Abefeso abihanangiriza ati: *"Mwambare intwaro zose z'Imana, kugira ngo mubashe guhagarara mudatsinzwe n'uburiganya bwa Satani. Kuko tudakīrana n'abafite amaraso n'umubiri, ahubwo dukīrana n'abatware n'abafite ubushobozi n'abategeka iyi si y'umwijima, n'imyuka mibi y'ahantu ho mu ijuru. Nuko rero mutware intwaro zose z'Imana, kugira ngo mubashe gukomera ku munsi mubi, kandi murangije byose mubashe guhagarara mudatsinzwe."* (Abefeso 6:11-13).

Dufite umwanzi uduhiga ku manywa na nijoro. Dufite umwanzi uhiga ubugingo agahiga n'imibiri yacu. Dufite umwanzi urwanya ingo, agatera urubyiruko, agasenya amatorero. Satani arakora amanywa na nijoro kandi umugambi we ni ukwica, ni ukwiba, ni ukurimbura, ni ukuyobya intore z'Imana.

Kugirango duhagarare neza mu nzira turimo, tugomba kumenya umwanzi turwana na we uwo ari we. Iyo uri ku rugamba, ugomba kumenya intwaro umwanzi wawe akoresha. Ugomba gutahura amayeri ye yose, kandi ukamenya n'amabanga ye kugirango ushobore kumunesha. Ugomba kumenya uburyo Satani akora n'imigambi ye yose.

Ijambo ry'Imana ritubwira ko Satani yahoze ari umumarayika ukomeye w'Imana ariko rikamugereranya n'abami b'i Babuloni n'i Tiro (Yesaya: 14:12-15; Ezekiyeli 28:12-15). Ntabwo tuzi neza igihe yavaniwe mu ijuru akajugunywa mu isi, ariko icyo tuzi ni uko we n'abandi bamarayika baremwe isi itararemwa (Job 38:4-7), kandi amaze kugwa yaje gushukashuka Adamu na Eva mu ngombyi ya Edeni (Itangiriro 3:1-4). Satani yazize gushaka kwishyira hejuru no kwifuza kwicara mu ntebe y'Imana.

Satani Agereranywa N' Iki?

Bibiliya itanga ibigereranyo bitandukanye bidufasha
gusobanukirwa neza kamere ya Satani:

1)   Satani agereranywa n' umwami w'i Tiro waguye (Ezek 28:1-19)

"Ijambo ry'Uwiteka ryongeye kunzaho riti: "Mwana w'umuntu, ubwire umwami w'i Tiro uti, 'Uku ni ko Umwami Uwiteka avuga ngo: Umutima wawe wishyize hejuru, uravuga uti, "Ndi Imana, nicaye ku ntebe y'Imana iri hagati y'inyanja." Nyamara ariko uri umuntu nturi Imana, nubwo ugereranya umutima wawe n'umutima w'Imana. Erega urusha Daniyeli ubwenge, nta gihishwe uyoberwa! Ubwenge bwawe no kumenya kwawe byaguhesheje ubutunzi, ukuzuza izahabu n'ifeza mu bubiko bwawe, ubwenge bwawe bwinshi n'ubugenza bwawe bwakugwirije ubutunzi, maze ubutunzi bwawe bwateye umutima wawe kujya hejuru. " 'Ni cyo gituma Umwami Uwiteka avuga ati: Kuko wagereranije umutima wawe n'umutima w'Imana, ni cyo gituma ngiye kuguteza inzaduka z'abanyamahanga bateye ubwoba, nabo bazakuhira inkota zabo zikumareho ubwiza bw'ubwenge bwawe, banduze no kubengerana kwawe. Bazakumanura bakurohe mu rwobo, kandi uzapfa urupfu rw'abaguye hagati y'inyanja. Aho uzongera kuvugira imbere y'ugusogota uti, "Ndi Imana"? Ariko imbere y'ukwica uri umuntu nturi Imana, uzapfa urupfu rw'udakebwe wishwe n'amaboko y'abanyamahanga. Ni ko nabivuze.' " Ni ko Umwami Uwiteka avuga. Maze ijambo ry'Uwiteka ryongera kunzaho riti, "Mwana w'umuntu, curira umwami w'i Tiro umuborogo umubwire uti, 'Umva

189

uko Umwami Uwiteka avuga ngo wari intungane rwose, wuzuye ubwenge n'ubwiza buhebuje. Wahoze muri Edeni ya ngobyi y'Imana, umwambaro wawe wari ibuye ryose ry'igiciro cyinshi, odemu na pitida na yahalomu, na tarushishi na shohamu na yasipi, na safiro na nofekina na bareketi n'izahabu, ubuhanga bwo kubaza amashako n'imyironge bwari iwawe, mu munsi waremwemo byose byari biringaniye. Wari warasīgiwe kugira ngo ube umukerubi utwikīra, kandi nagushyizeho kugira ngo ube ku musozi wera w'Imana, wagendagenderaga hagati y'amabuye yaka umuriro. Wari utunganye bihebuje mu nzira zawe zose uhereye umunsi waremweho, kugeza igihe wabonetsweho gukiranirwa. Wuzuyemo urugomo ruzanywe n'ubugenza bwawe bwinshi bugutera gucumura, ni cyo cyatumye nkwirukana nk'uwanduye nkagukura ku musozi w'Imana. Narakurimbuye wa mukerubi utwikīra we, ngukura hagati ya ya mabuye yaka umuriro. Ubwiza bwawe ni bwo bwateye umutima wawe kwishyira hejuru, kubengerana kwawe ni ko kononnye ubwenge bwawe, nakujugunye hasi ngutangariza imbere y'abami kugira ngo bakwitegereze. Ububi bwawe bwinshi no gukiranirwa kuva mu bugenza bwawe byatumye wanduza ubuturo bwawe bwera, ni cyo cyanteye gukongeza umuriro ukuvuyemo uragukongora, maze nguhindurira ivu imbere y'abakureba bose. Abakunzi bose bo mu mahanga bazagutangarira, wahindutse igishishana kandi ntabwo uzongera kubaho ukundi.'"

2) Satani Agereranywa n' umwami w'i Babuloni wahanwe (Yesaya 14:12-17)

"Wa nyenyeri yo mu ruturuturu we, mwana w'umuseke ko uvuye mu ijuru, ukagwa! Uwaneshaga amahanga ko baguciye bakakugeza ku butaka! Waribwiraga uti: 'Nzazamuka njye mu ijuru nkuze intebe yanjye y'ubwami isumbe inyenyeri z'Imana', kandi uti, 'Nzicara ku musozi w'iteraniro mu ruhande rw'impera y'ikasikazi, nzazamuka ndenge aho ibicu bigarukira, nzaba nk'Isumba byose. Ariko uzamanuka ikuzimu ugere ku ndiba ya rwa rwobo. "Abazakubona bazakwitegereza cyane bagutekerezeho bati: 'Uyu ni we wahindishaga isi umushyitsi akanyeganyeza ubwami, agahindura isi ubutayu, asenya imidugudu yo muri yo, ntarekure abanyagano ngo basubire iwabo?'"

3) Satani Agereranywa N' Ikiyoka (Ibyahishuwe 12:9-12)

"Cya kiyoka kinini kiracibwa, ari cyo ya nzoka ya kera yitwa Umwanzi na Satani, ari cyo kiyobya abari mu isi bose. Nuko kijugunywa mu isi, abamarayika bacyo bajugunyanwa na cyo. Numva ijwi rirenga rivugira mu ijuru riti: "Noneho agakiza karasohoye, gasohoranye n'ubushobozi n'ubwami bw'Imana yacu n'ubutware bwa Kristo wayo, kuko Umurezi wa bene Data ajugunywe hasi, wahoraga abarega ku manywa na nijoro imbere y'Imana yacu. Na bo bamunesheje amaraso y'Umwana w'Intama n'ijambo ryo guhamya kwabo, ntibakunda amagara yabo, ntibanga no gupfa. Nuko rero wa juru we, namwe abaribamo nimwishime. Naho wowe wa si we, nawe wa

191

nyanja we, mugushije ishyano kuko Satani yabamanukiye afite umujinya mwinshi, azi yuko afite igihe gito."

4) Satani Ageranywa N'Ikiyoka Kizabohwa Imyaka Igihumbi: Ibyahishuwe 20:1-3

"Mbona marayika amanuka ava mu ijuru afite urufunguzo rufungura ikuzimu, afite n'umunyururu munini mu ntoki ze. Afata cya kiyoka, ari cyo ya nzoka ya kera, ari yo Mwanzi na Satani, akibohera kugira ngo kimare imyaka igihumbi, akijugunya ikuzimu arahakinga, ashyiriraho ikimenyetso gifatanya, kugira ngo kitongera kuyobya amahanga kugeza aho iyo myaka igihumbi izashirira, icyakora nishira gikwiriye kubohorerwa kugira ngo kimare igihe gito".

5) Satani Agereranywa N'Umurabyo (Luka 10: 17-20)

"Nuko abo mirongo irindwi bagaruka bishīma bati: "Databuja, abadayimoni na bo baratwumvira mu izina ryawe." Arababwira ati: "Nabonye Satani avuye mu ijuru, agwa asa n'umurabyo. <u>Dore mbahaye ubutware bwo kujya mukandagira inzoka na sikorupiyo, n'imbaraga z'Umwanzi zose, kandi nta kintu kizagira icyo kibatwara rwose.</u> Ariko ntimwishimire yuko abadayimoni babumvira, ahubwo mwishimire yuko amazina yanyu yanditswe mu ijuru."

Umurabyo urihuta cyane. Nta kintu cyakwihuta kuruta umurabyo. Umurabyo ugenda ku muvuduko w'umucyo w'izuba. Ni ukuvuga ibirometero hafi ibihumbi maganatatu mu isegonda. Ibi birometero ubikoze ugenda kuri uyu muvuduko waba uzengurutse isi inshuro ndwi mu isegonda rimwe gusa. Satani yihuta nk'umurabyo. Iyo ibintu biri kugenda neza, mu rugo hari ihumure, ntawe urwaye, nta we utaka, ujya kubona ukabona umurabyo urarabije inkuba zirakubise, imvura iraguye, imivu iratembye mu kanya nk'ako guhumbya.

Intumwa mirongwirindwi zivuye mu butumwa Yesu yari yazoherejemo, zaje zishimye zizi ko ibintu byose bimeze neza. Indwara zari zakize, abadayimoni bari bahunze mu Izina rya Yesu, ibitangaza byinshi byari byakoretse. Ariko hari ikintu kimwe batari babonye. Ntabwo bari babonye Satani amanuka nk'umurabyo. Satani yamanutse yihuta cyane ku buryo batashoboraga kumubona.

Iyo uhumbije gato gusa, wumva inkuba zikubita ariko ntubone umurabyo. Birumvikana ko abadayimoni bari bahunze, ariko Satani ntabwo yishimiye umurimo izo ntumwa zari zakoze. Ni yo mpamvu yamanutse vuba afite umujinya mwinshi. Intumwa ntizamubonye amanuka kuko iyo intumwa ziza kumubona zari kuza zikabibwira Yesu. Ariko Yesu we yaramubonye kuko yari afite andi maso areba kure y'aho intumwa zashoboraga kureba.

Yesu ntabwo yamenyesheje abigishwa ko umubisha yabamanukiye ngo arekeraho, kuko ibyo byari gusa nk'ubakura umutima cyangwa kubaca intege. Ahubwo yongeyeho ko nubwo Satani yamanutse nk'umurabyo kandi afite umujinya mwinshi, Yesu yabahaye ubutware n'ububasha bwo kumukandagira, kandi abizeza ko nta kintu kizagira icyo kibatwara. Tugomba kumenya ko mu murimo w'Imana dukora umwanzi atawishimiye. Iyo dutanze amashimwe y'ibyo Imana yakoze, Satani acura iyindi migambi, ariko duhumure kuko Yesu yaduhaye ubutware bwo kumukandagira, kandi nta kintu azadutwara. Vuga ngo Amen!

6)   Satani N' Ikivume (Itangiriro 3:14)

"Uwiteka Imana ibwira iyo nzoka iti: "Kuko ukoze ibyo, uri ikivume kirengeje amatungo yose n'inyamaswa zo mu ishyamba zose, uzajya ugenda ukurura inda, uzajya urya umukungugu iminsi yose y'ubugingo bwawe."

Ibintu Cumi Ugomba Kumenya Kuri Satani n'Uburyo Wamunesha:

1. **Satani ni umwibone wo mu rwego rwo hejuru**: Imana yamuhanuye mu ijuru kubera kwisumbukuruza no gushaka kwicara ku ntebe atagenewe. Yahoze ari marayika ukomeye bimutera kurarikira kwicara ku ntebe y'isumba byose. Yahoze ari inyenyeri yo mu ruturuturu bimutera kwishyira hejuru. Imana yarahiye ko icyubahiro cyayo itazagiha undi (Yesaya 42:8). Kuva Satani yajugunywa mu isi, icyaha cya mbere yateje Adamu na Eva ni ugushaka kuba nk'Imana (Itangiriro 3:1-4). Icyo cyaha akunze kugiteza benshi agamije gusenya umubano wabo n'Imana.

2. **Satani ni umujura n'umunyazi**: Satani ni igisambo gikuru. Satani yiba ubwenge agatanga ubuswa. Satani yiba urukundo, akarusimbuza urwango. Satani yiba umunezero, agatanga agahinda. Satani yiba umwanya wo gusenga, akakwereka ibindi wagombye gukora mu gihe cyo gusenga. Ni yo mpamvu, ijambo ry'Imana rituburira ngo tube maso (Matayo 26:41; Luka 21:36). *"Umujura ntazanwa n'ikindi keretse kwiba no kwica no kurimbura, ariko jyeweho nazanywe no kugira ngo zibone ubugingo, ndetse ngo zibone bwinshi"* (Yohana 10:10). Tugomba kuba maso kuko hari umujura uhora arekereje kunyaga ubutunzi dufite mu Mana.

3. **Satani ni umwicanyi n'umurimbuzi**: Satani ntabwo yangiza gusa. Intego ye ni ukwica no kurimbura. Satani yica umubiri, akagambirira no kwica ubugingo. Satani ateza indwara z'uburyo butandukanye. Yica abana, inkumi, abasore, abakecuru n'abasaza. Ateza impanuka,

195

agakoresha abadayimoni, ari zo ntumwa ze, kugirango
yoreke imbaga. Umugambi we wa mbere ni ukugirango
abuze benshi ubugingo, ayobye benshi inzira. Arwanya
ubutumwa bwiza, agakora ibishoboka byose ngo
n'abamaze kubwumva bavangirwe. Mu gihe Kristo we
yazanywe mu isi no kugirango intama zibone urwuri
n'ubugingo, umugambi wa Satani we ni ukugirango benshi
babure ubugingo bazarimbukane na we. Ijambo ry'Imana
riduhugurira kwirinda ibisindisha no kuba maso, kuko
umurezi wacu Satani azerera nk'intare yivuga ashaka uwo
aconshomera (1 Peter 5:8). Ibisindisha ntabwo ari
umusururu, urwagwa, cyangwa byeri, kanyanga na wisiki
gusa, ahubwo amagambo mabi, ibitekerezo bibi, imigambi
mibi iyo bitwuzuye bikadukoresha icyo bishatse burya tuba
twasinze (Mana utubabarire).

Umuntu wasinze aba atagitegekwa n'ubwenge bwe.
Haba hari izindi mbaraga zimutegeka. Igihe cyose dutakaje
kwirinda muri twe, umujinya ukadutegeka, urwango
rukatuganza, kamere igahabwa intebe muri twe, tuba
twasinze. Kwirinda ibisindisha ni ugufata ikintu cyose
mpiri, ukakigomorera Kristo (2 Kor. 10:5). Kwirinda
ibisindisha ni ukureka Kristo akicara mu mwanya wa
shoferi akakujyana aho ashaka.

4.   Satani ni umunyabwoba ruharwa: Satani
atinya Imana. Atinya izina rya Yesu, agatinya Umwuka
Wera. Satani atinya abantu bubaha Imana by'ukuri,
bagakorera Imana bataryarya, atinya abantu bahindira
umushyitsi imbere y'Uwiteka. Satani atinya abantu batinya
Imana, kuko azi neza ko bene abo Imana ibitayeho kandi
ibaba hafi. Satani atinya abantu bihana, atinya abantu

bagira agahinda k'ibyaha byabo, bakihanira kureka. Satani atinya abantu basenga kandi bakundisha Uwiteka umutima wabo wose, n'ubwenge bwabo, n'imbaraga zabo zose.

Satani atinya abantu baharanira kubana n'abantu bose amahoro. Atigiswa n'ubwoba, iyo abona muri wowe uharanira gukunda mugenzi wawe no kumukorera ibyiza nawe wifuza ko abandi bagukorera. Azi neza yuko amategeko abiri akomeye twahawe ari ugukunda Imana no gukunda abantu yaremye.

Satani atinya abantu bashaka mu maso h'Imana babikuye ku mutima, kuko azi neza ko bene abo Imana ibahozaho amaso. Azira cyane cyane abantu basenga, kandi ahindishwa umushyitsi n'abantu biyiriza ubusa. Yesu yamaze iminsi mirongwine n'amajoro mirongo ine atarya atanywa, Satani abibonye, ati, uwagerageza ngo ndebe ko namushukashuka. Ariko byabaye iby'ubusa.

Satani yanga urunuka abantu biga ijambo ry'Imana kuko azi neza ko iyo ari yo nkota imukubita inshuro. Yanga abafite mu mitima yabo inzira zijya i Siyoni. Satani ni umunyabwoba. Arakangata gusa. Ni nk'intare iziritse. Iyo uvuze izina rya Yesu rimwe gusa, uba umukubise intosho mu gahanga. Satani atinya abantu bagira urukundo, atinya abantu bayoborwa n'Umwuka Wera, atinya abantu bafite imitima imenetse ishenjaguwe, atinya abantu bambaye intwaro z'Umwuka Wera; atinya abantu bafite inzara n'inyota byo gukiranuka kuko azi neza ko ubwami bwo mu ijuru ari ubwabo. Atinya abantu bababarira, kuko azi neza ko kubabarira ari urufunguzo rw'imigisha yose ituruka ku Mana.

5. Satani ni umubeshyi: Satani yazobereye mu kuvuga ibinyoma. Nta Kuri kuba muri we kuko ari se w'ibinyoma. Ibi Yesu yabihamije ubwo yaganiraga n'Abayuda biyitaga abana ba Aburahamu ariko ntibemere ko Yesu ari umwana w'Imana. Dore uko Yesu yabashubije: *"Mukomoka kuri so Satani, kandi ibyo so ararikira ni byo namwe mushaka gukora. Uwo yahereye kera kose ari umwicanyi, kandi ntiyahagaze mu by'ukuri kuko ukuri kutari muri we. Navuga ibinyoma, aravuga ibye ubwe kuko ari umunyabinyoma, kandi ni se w'ibinyoma."* (Yohana 8:44). Umugabo w'umunyabinyoma abyara abanyabinyoma. Umugabo w'ukuri na we akabyara abanyakuri. Abana b'Imana ni ababyawe ubwa kabiri. Abo babyawe n'amazi n'umwuka (Yohan 3: 3 & 5).

Abana b'Imana babyawe n'umugabo w'ukuri ari we Kristo. Abana b'Imana barangwa n'ukuri naho abana ba Satani barangwa no kubeshya no kuriganya kuko ibyo biba muri kamere ya Satani. Kandi Bibiliya iduhamiriza neza ko abanyabinyoma bose umugabane wabo uzaba mu nyanja yaka umuriro n'amazuku ari rwo rupfu rwa kabiri (Ibyahishuwe 21:8).

Umugambi wa Satani ni ukubeshya abantu no kubatoza kubeshya kugirango bazabane ubuziraherezo muri iyo nyanja yaka umuriro.

6. Satani arateranya kandi akiyoberanya: Ateranya abantu akoresheje uburyo bubiri: Icya mbere akora, abanza kubahuma amaso, yarangiza akabajya mu matwi akababwira ati, "dore umwanzi wawe ni nyokobukwe". Uriya ni we wakubujije epfo na ruguru. Akongera na none ati, "umwanzi wawe n' uriya mukazana wawe ugusuzugura kandi atagutunze". Agasubira kandi ati, "uriya muramukazi wawe apfuye wagira amahoro".

Satani ateranya abana n'ababyeyi, agateranya abantu bonse ibere rimwe, agateranya ababyara, agateranya inshuti magara. Abantu bamaze imyaka ari inshuti, wajya kumva ukumva ngo barwanye, umugabo n'umugore bamaranye imyaka makumyabiri ukumva ngo baratanye.

Satani yigira malayika w'umucyo maze akworeka imbaga (2 Kor 11:14). Ashobora gukorera mu bakozi bitirirwa izina ry'Imana bakagabura amabuye bayita umutsima, bakagabura ibisa n'intoryi ariko mu by'ukuri ari intobo, bakagabura ibisa n'amafi ariko mu by'ukuri ari sicorupiyo.

7. **Satani ni umugome kabuhariwe**: Nta mbabazi agira muri we. Yanga ijambo ryitwa "kubabarira" kuko azi neza yuko kubabarira ari ipfundo ry'amahoro. Azi neza ko kubabarira ari ryo tangiriro ryo kwiyunga. Atinya abantu bababarira kandi akora ibishoboka byose ngo abuze abantu gutanga imbabazi.

Intego ye ni uguhoza abantu mu kazitiro k'urwango. Anezezwa no gufungira abantu muri gereza y'umwijima. Imbabazi ni ikizira kuri Satani kuko azi neza ko imbabazi ari zo zitwunga n'Imana. Imbabazi ni zo ziduhesha ubugingo. Imbabazi z'Imana ni zo zituma twitwa abana b'Imana. Imbabazi zirabohora, kandi ni zo zituma tudashiraho. Imbabazi zitera umunezero.

Satani rero ibyo abyanga urunuka. Ntiyifuza ko twava mu bucakara bwe, ari rwo rwango. Ni yo mpamvu yanga ko dusaba imbabazi kandi akanga ko duha imbabazi abaduhemukiye.

8. Satani ni umutware w'isi y'umwijima: Kwita Satani umutware w'isi ni imvugo itavugitse neza mu matwi y'abakristo. Nyamara kutamenya ko Satani atwara isi y'umwijima ni byo byoretse abantu benshi. Satani ni umutware wabaye igicibwa. Ni umutware wavumwe kandi wajugunywe mu isi. Yarajugunywe ariko akora ku manywa na nijoro ashaka abo azisasira kuri wa munsi w'amateka, mu gihe ab'isi bazacirwa urubanza imbere y'Isumba byose. *"Ubu urubanza rw'ab'isi rurasohoye, ubu umutware w'ab'iyi si abaye igicibwa"* (Yohana 12:31).

Abantu batarakira agakiza baba bakiri mu butware bwa Satani. Bagaragara nk'abapfuye imbere y'Imana. Iyo bizeye Imana ikabagobotora muri ubwo butware bw'ibyaha, bagaragara nk'abazutse. Ni yo mpamvu intumwa Pawulo yandikiye Abefeso agira ati, *"Namwe yarabazuye, mwebwe abari bapfuye muzize ibicumuro n'ibyaha byanyu, ibyo mwagenderagamo kera mukurikiza imigenzo y'iyi si, mugakurikiza umwami utegeka ikirere, ari we mwuka ukorera mu batumvira"* (Abefeso 2:1-2).

9. Satani yaraneshejwe:
Kera twajyaga tujya kureba umupira w'amaguru tukamara hafi isaha dutegereje ko hari uwashyiramo igitego. Rimwe na rimwe iyo amakipe yombi yanganyaga ingufu, hari ubwo ikipe imwe yatsindaga igitego ku munota wa nyuma. Bene uwo mupira waryoheraga amaso

200

kuwureba kuko wamaraga umwanya ufite amatsiko y'uri butsinde.

Iyo ufashe videwo y'umukino nk'uwo ukongera kuyireba, nta matsiko menshi ugira, kuko uba uzi neza uza gutsinda n'uza gutsindwa. Mu bitero Satani agaba byose, tugomba kumenya neza ko yaneshejwe kandi yamaze gucirwaho iteka. Azi iherezo rye ko ari urupfu rw'iteka. Iteka yaciriwe ni ukuba ikuzimu, akababazwa ubuziraherezo.

Umugambi we wa mbere ni ukugirango abantu benshi bashoboka bazarimbukane na we. Hari imvugo ikunze gukoreshwa mu bakristo ngo Yesu yarwanye na Satani amwambura imfunguzo. Imfunguzo zisobanura ko ushobora kwinjiza uwo ushatse ugakingirana uwo ushatse. Izi mfunguzo mu by'ukuri ntabwo Satani yigeze azitunga umunsi n'umwe.

Ntabwo Satani yigeze ahagarara ku muryango w'ijuru cyangwa w'ikuzimu ngo ahitemo abinjira n'abatagomba kwinjira. Ubu bubasha duha Satani ntabwo afite kandi ntabwo yigeze agira. Yesu ntabwo yarakeneye kujya mu mirya na Satani ngo bagundagurane. Yesu arategeka ntaburana. Yirukanaga abadayimoni abategetse, ntagomba kurwana na bo. Iyo yabemereraga kuvuga baravugaga, yabacecekesha bagaceceka. Nta muntu urwana n'uwo batanganya ingufu.

Yesu yatanze ubugingo bwe ku bushake, kandi yatsinze urupfu atagombye kurwana na Satani. Kubera izo mpamvu rero, Yesu afite imfunguzo yahoranye, azahorana, kandi ntawe ubasha kumuvana mu kiganza abamwemeye bakizera izina rye kuko abo yabahaye kwitwa abana b'Imana.

Yohana ni umwigishwa wabaye hafi ya Yesu cyane. Ageze mu zabukuru, Imana yamwiyeretse mu buryo bukomeye mu gihe yari ku kirwa cya Patimo yaranogowe amaso y'umubiri bamuhora ubutumwa bwiza. Dore uko Yohana yabonye Kristo mu buryo bw'umwuka:

"Kandi hagati y'ibyo bitereko by'amatabaza mbona usa n'Umwana w'umuntu, yambaye igishura kandi yambaye umushumi w'izahabu mu gituza. Umutwe we n'umusatsi we byeraga nk'ubwoya bw'intama bwera cyangwa nka shelegi, n'amaso ye yasaga n'ibirimi by'umuriro, ibirenge bye bisa n'umuringa w'umuteke utunganijwe n'umuriro wo mu ruganda, n'ijwi rye ryari rimeze nk'iry'amazi menshi asuma. Mu kuboko kwe kw'iburyo yari afashe inyenyeri ndwi, mu kanwa ke havamo inkota ityaye ifite ubugi impande zombi. Mu maso he hari hameze nk'izuba iyo rityaye. Mubonye ntyo mwikubita imbere nk'upfuye, anshyiraho ukuboko kw'iburyo arambwira ati, "Witinya. Ndi uwa mbere kandi ndi uw'imperuka kandi ndi Uhoraho. Icyakora nari narapfuye ariko none dore mporaho iteka ryose, kandi mfite imfunguzo z'urupfu n'iz'ikuzimu (Ibyahishuwe 1:13-18).

Aho gutinya Satani, uwo twagombye gutinya ni Yesu. Kumutinya ntibivuga kumubona ngo duhunge, ahubwo bivuga kumubona tukamwikubita imbere. Ntabwo afite igitinyiro cyo kutumaraho, ahubwo afite igitinyiro cyo kudukiza no kutuneshereza umwanzi Satani.

202

Amagambo Yesu yabwiye Yohana ni nayo abwira wowe nanjye, ati, witinya. Niba waremereye Yesu kukubera umwami n'Umukiza, witinya kuko uri mu maboko y'umugabo ukomeye. Uri umwana w'Umwami utegeka abandi bami. Ufite umutekano wo mu rwego rwo hejuru, kandi umwanzi wawe ahegereye no gupfa yapfa!!

Igihe kimwe nigeze kujya mu murimo w'ivugabutumwa mu gihugu cya Zambiya, noneho nza kuhahurira n'abana banyigisha akaririmbo ntazigera nibagirwa mu buzima bwanjye. Intero yaravugaga ngo, "Turi abana ba nde?" Noneho abandi bakicyiriza ngo *"Turi abana b'umutegetsi utegeka abategetsi, Papa. Papa ni we utwara abatware".*

Imana ishimwe ko yatugiriye ubuntu tutari dukwiriye. *"Kandi ubwo mwari mupfuye muzize ibicumuro byanyu no kudakebwa kw'imibiri yanyu, yabahinduranye bazima na we imaze kutubabarira ibicumuro byacu byose, igahanagura urwandiko rw'imihango rwaturegaga, ikarudukuzaho kurubamba ku musaraba. Kandi imaze kunyaga abatware n'abafite ubushobozi, ibahemura ku mugaragaro, ibīvuga hejuru ku bw'umusaraba"* (Abakolosayi 2: 13-15),

10. Satani ni umwanzi wawe:

Muri we nta rukundo namba rumubamo. Yanga Imana akanga n'abantu. Nta cyiza na kimwe akwifuriza. Yanga abo ukunda kandi akora ibishobka byose kugirango abateranye. Yanga itorero ryawe, yanga umushumba wawe, yanga inshuti zawe, yanga umuryango wawe, yanga abavandimwe bawe, yanga abana wabyaye.

Nutangira kugirana ikibazo n'umwe muri abo bantu uzajye wibuka ko atari we biturutseho, ahubwo biturutse ku mwanzi wawe, ari na we mwanzi wabo. Ntabwo abo wibwira ko ari abanzi bawe ari bo banzi nyakuri. Abantu bakuvuga mwahoze muri inshuti bagatangira kukureba ijisho ribi, kukugirira ishyari no kugusebya, bahindutse ibikoresho bya Satani. Inshuti mwabanaga imyaka igashira, indi igataha wajya kubona ukabona iraguhindutse, aba yatewe nuwo mwanzi Satani.

HARACYARI IBYIRINGIRO MU MANA

"Ibyo mbibabwiriye kugira ngo mugire amahoro muri jye. Mu isi mugira umubabaro, ariko nimuhumure nanesheje isi." (Yohana 16:33)

Aya magambo Yesu yayabwiye abigishwa be abibutsa ko nubwo bari mu isi yuzuyemo imibabaro, bazagira amahoro kuko bari muri we. Nyuma y'imyaka irenga ibihumbi bibiri, aya magambo aracyaduhumuriza twebwe abamumenye bagituye muri iyi si. Ntabwo imibabaro y'iyi si ishobora na rimwe kutuvana mu kiganza cy'Imana.

Nubwo hari imibabaro myinshi duterwa n'abantu muri iyi si, haracyari ibyiringiro bitanyeganyega mu Mana. Uku guhumurizwa n'ibi byiringiro Bibiliya itubwira bitandukanye cyane n'ibyiringiro byo mu isi. Ntabwo ari ukwirema agatima. Abantu bose banyura mu mibabaro imwe, ariko abari muri Kristo bajya bumva amahoro no guhumurizwa kudasanzwe iyo bageze mu bigeragezo by'inzitane bibagwiririye cyangwa se batejwe n'abantu.

Ijambo "ibyiringiro" dukoresha mu buzima busanzwe rifite ubusobanuro butandukanye mu buryo rikoreshwa muri Bibiliya. Urugero, umuhinzi ashobora kwiringira ko imvura izagwa akeza imyaka. Umucuruzi yiringira ko ejo abantu bazamugurira ari benshi akabona inyungu. Umunyeshuli ashobora kuvuga ati, niringiye ko mwarimu azatanga ikizami cyoroshye nkagitsinda.

Akenshi iyo abantu bavuze ngo "niringiye ko" cyangwa "nizeye ko", mu by'ukuri baba bashaka kuvuga ko ikintu bifuza kizabaho nk'uko bacyifuza. Ibyiringiro bifite imizi mu Mana byo biratandukanye. Kwiringira Imana ni ukumenya ko Imana ari nziza, ukizera ko ibyo ikora byose ibikora neza kandi ko Imana ifite imigambi myiza ku buzima bwawe, wanyura mu makuba cyangwa se waba mu munezero.

Buri gitondo iyo ngiye ku kazi nizera ko (cyangwa niringira ko) imodoka Toyota Camry yanjye injyana ikangarura. Akenshi nkunze kwibeshya yuko impamvu iyo modoka yanjye iri bungeze aho njya ari ukubera ko ifite ibilometero bike kandi ikiri nzima. Iyo nibwiye gutyo, ibyiringiro byanjye mba nabivanye mu Mana nabishyize kuri moteri y'imodoka. Ibyiringiro mu Mana nta yindi nkingi bigira, uretse Imana yonyine.

Nta kintu bifasheho uretse Imana gusa. Ibyiringiro byacu ntibigomba kuba kuri pensiyo utegereje kuzahabwa mu busaza cyangwa umutungo ufite muri banki. Ibyiringiro byawe ntibyagombye guterwa n'uko abantu bakurebye neza cyangwa nabi. Ntabwo biterwa n'icyubahiro abantu baguha, cyangwa uburyo bakuvuga neza. Kugirango ubashe guhangana n'ibibazo uterwa n'abantu, ibyiringiro byawe bigomba gushorera imizi mu Mana.

Hari igihe abantu bagukorera ibintu ugashaka aho wakura imbabazi zo kubaha ukahabura. Niba ibyiringiro ufite bidafashe ku Mana, nta mbabazi uzigera ugira kuko nta soko y'imbabazi iri muri wowe. Iyo hakiri imigozi iziritse ibyiringiro byawe ku kindi kintu atari ku Mana, icyo gihe uba wubatse ku gasi. Iyo migozi ishobora kuba umutungo wawe, amashuri wize, umuryango wavutsemo, n'ibindi. Biragusaba ngo iyo migozi uyicagagure, hasigare gusa urufatiro rumwe, ari rwo Imana. Ibi ntibivuga ko ugomba gucana umubano n'abantu cyangwa n'umuryango. Ariko kubana n'abantu bitandukanye cyane no kububakaho. Gukorera umushahara ngo wirwaneho, bitandukanye no kubaka kuri uwo mushahara cyangwa gufata akazi kawe nk'ikigirwamana. Kwiringira Imana bivuga iki?

Kwiringira Imana ni ukumenya neza udashidikanya, yuko Imana wiringiye ari iyo kwizerwa, ibyakubaho byose, abantu bagukunda cyangwa bakwanga, waba ufite akazi cyangwa utagafite, waba urwaye cyangwa uri muzima. Ntibivuga yuko ibintu bizagenda uko ushaka igihe cyose cyangwa ahantu hose. Ahubwo bivuga ko Imana izabana nawe mu bizakubaho byose, byaba ibyiza cyangwa ibyago. Imana izagendana nawe mu rugendo, ntizigera igusiga cyangwa iguhana na hato. Ayo ni amasezerano adakuka ku bantú biringira Imana by'ukuri.

Kwiringira no kwizera ni amagambo ajya gusa kandi yuzuzanya, ariko ajya akoreshwa mu buryo butandukanye bitewe n'icyo ushaka kuvuga. Iyo ufite kwizera guhamye, ugomba kugira n'ibyiringiro bitajegajega mu Mana wizeye. Ikindi kandi nta muntu ugira kwizera kwuzuye ngo abure ibyiringiro muri we. Akenshi ijambo "Ibyiringiro" rikoreshwa umuntu ashaka kwerekeza ku bintu utegereje cyangwa wasezeranijwe kuzahabwa.

Umwanditsi w'igitabo cy'Abaheburayo asobanura neza

ijambo kwizera agira ati: "Kwizera ni ukumenya rwose ibyiringirwa udashidikanya ko bitazaba, kandi ni ko kuduhamiriza ibyo tutareba ko ari iby'ukuri: (Abaheburayo 11:1). Iyo ufite ibyiringiro bihamye ushobora kubona ibitariho nk'aho biriho. Ibyiringiro bishobora kugutera kubona ibyiza mu bibi bikuzengurutse. Ibyiringiro bishobora kugutera guseka mu gihe abandi bacura umuborogo.

Kugira ibyiringiro ntibikubuza kwinjira mu bigeragezo cyangwa se guhemukirwa n'abantu. Ibyiringiro ntibibuza abantu kukugirira ishyari, cyangwa kukureba ijisho ribi. Nta warushaga Daniyeli kwiringira Imana ye, ariko ntibyamubujije kujya mu rwobo rw'Intare biturutse ku ishyari ibikomangoma by'umwami Dariyo byamugiriye. Saduraka na Meshaki na Abedenego bari abantu biringiraga Imana cyane, ariko ntibyababujije kujugunywa mu muriro. Kwiringira Imana ni ugusobanukirwa udashidikanya yuko Imana izabana nawe mu rwobo rw'intare, ndetse no mu muriro.

Ayo masezerano twongera kuyasanga muri Yesaya 41 na Yesaya 43. Nubwo Imana yayabwiraga ubwoko bwa Isirayeli, uyu munsi ni wowe nanjye Imana ibwira igira iti:

"Ariko weho Isirayeli umugaragu wanjye, Yakobo natoranije, rubyaro rwa Aburahamu incuti yanjye. Weho nahamagaye, nkagukura ku mpera z'isi no mu mfuruka zayo nkakubwira nti: "Uri umugaragu wanjye, naragutoranije sinaguciye. Ntutinye kuko ndi kumwe nawe, ntukihebe kuko ndi Imana yawe. Nzajya ngukomeza, ni koko nzajya ngutabara kandi nzajya nkuramiza ukuboko kw'iburyo, ari ko gukiranuka kwanjye. "Dore

abakurakariye bose bazakorwa n'isoni bamware, abagutonganya bazahinduka ubusa ndetse bazarimbuka. Abakugisha impaka uzabashaka ubabure, kandi abakurwanya bazahinduka ubusa babe nk'ibitariho, kuko jyewe Uwiteka Imana yawe nzagufata ukuboko kw'iburyo nkubwire nti: 'Witinya, ndagutabaye.' Witinya, Yakobo wa munyorogoto we namwe bagabo b'Abisirayeli, ni jye uzagutabara." Ni ko Uwiteka avuga kandi ni we Uwera wa Isirayeli umucunguzi wawe. "Dore nzakugira umuhuzo mushya w'ubugi ufite amenyo, uzahūra imisozi ukayimenagura, n'udusozi ukaduhindura nk'ibishingwe. Uzabigosora umuyaga ubitumure, umuyaga wa serwakira ubitatanye, nawe uzishimira Uwiteka wiratane Uwera wa Isirayeli. "Abakene n'abatindi bashaka amazi bakayabura ururimi rwabo rukagwa umwuma, jyeweho Uwiteka nzabasubiza, jyeho Imana ya Isirayeli sinzabahāna. Nzazibura imigezi mu mpinga z'imisozi n'amasōko mu bikombe hagati, ubutayu nzabuhindura ibidendezi by'amazi, n'igihugu cyumye nzagihindura amasōko. Mu butayu nzahatera imyerezi n'imishita, n'imihadasi n'ibiti by'amavuta, kandi mu kidaturwa nzahatera ibiti by'imiberoshi n'imitidari n'imiteyashuri bikurane, kugira ngo barebe bitegereze, batekereze bamenyere hamwe yuko ukuboko k'Uwiteka ari ko kubikoze, kandi yuko Uwera wa Isirayeli ari we ubiremye." (Yesaya 41:11-20)

"Ariko noneho Uwiteka wakuremye wowe Yakobo, kandi akakubumba wowe Isirayeli, aravuga ati: "Witinya kuko nagucunguye, naguhamagaye mu izina ryawe uri uwanjye. Nunyura mu mazi nzaba ndi kumwe nawe, nuca no mu migezi ntizagutembana. Nunyura mu muriro ntuzashya, kandi ibirimi byawo ntibizagufata kuko ndi Uwiteka Imana

209

yawe, Uwera wa Isirayeli Umukiza wawe. Nagutangiriye Egiputa ho incungu, Etiyopiya n'i Seba nahatanze ku bwawe". (Yesaya 43:1-3)

Niba rero ibyiringiro byawe biri mu Mana, wibuke ko ku Mana hari umunzani w'impande ebyeri. Ku ruhande rumwe handitseho ngo genzura umubano wawe n'Imana. Ni ukuvuga uzagira ibyo byiringiro bitewe n'uburyo ubanye n'Imana. Ku rundi ruhande rw'uwo munzani, handitseho ngo, genzura umubano wawe n'abantu. Imana uvuga ko wiringira izagutegeka gukunda abantu no kubababarira. **Kubana n' Imana ni uguhora ubabarirwa nayo. Kandi kubana n'abantu bisaba guhora ubabarira.**

Abantu bakunda kumva ijambo kwiringira Imana no guhumurizwa, ariko ntibakozwe ijambo ryitwa kubabarira. Nta kuntu wakwiringira Imana ngo nibavuga kubabarira wizibe amatwi, cyangwa usohoke. Imana uvuga ko wiringiye, byanze bikunze izagutegeka gusaba imbabazi no kuziha abaguhemukiye.

Ijambo kwiringira no kubabarira bifitanye isano ikomeye cyane. Iyo ugenzuye neza usanga kutababarira akenshi biterwa no kutizera Imana byukuri cyangwa kutagira ibyiringiro bihamye mu Mana. Umugore ufite ibyiringiro bihamye mu Mana, ntabwo azahambira ngo yihutire kwahukana, atabanje gushishoza no gusenga Imana ngo imuyobore icyo yakora. Umugabo wiringira Imana by'ukuri ntabwo azahagarika ibintu byose, ngo amare icyumweru atavuga ngo ni uko umugore yamusuzuguye.

Iyo wiringira Imana mu rugo rwawe, ikintu kije cyose ucyereka Imana. Ibyo ukora byose ubikora kubera yuko uzi neza ko iyo Mana wiringiye itazagukoza isoni, uko byagenda kose. Umushumba wiringira Imana ntabwo azavuga ngo avuye mu murimo w'Imana kubera ko abakristo bamuruhije cyangwa basuzuguye ubuyobozi bwe. Umuntu nakuvuga cyangwa akaguteranya ku kazi, ntabwo ubuzima buzahagarara kuko uzi uwo wizeye uwo ari we.

Kwanga kubabarira na byo bifitanye isano ya hafi no kutiringira Imana. Impamvu kubabarira bitugora, ni uko amaso yacu tuba twayavanye ku Mana tugasigara tuyahanze abantu. Abantu baduhemukiye, duhita tubabaraho ko bafite umwenda bagomba kutwishyura. Umuntu wakwiciye wumva yarakugiyemo umwenda kandi uwo yishe ntashobora kumuzura, n'iyo yafungwa burundu cyangwa agahanwa igihano cy'urupfu.

Iyo abantu baduhemukiye biradukomeretsa, natwe tugahora tubishyuza ngo barangize ikibazo baduteje. Abantu baguteye ikibazo, ariko nta muti bafite wo kugikemura. Baragukomerekeje, ariko ntibashobora kwomora ibyo bikomere. Igisubizo kiri ku Mana yonyine. Imana ni yo ifite umuti.

Imana ni yo byiringiro byacu mu mibabaro duterwa n'abantu. *"Hahirwa umuntu wizera Uwiteka, Uwiteka akamubera ibyiringiro. Kuko azahwana n'igiti cyatewe hafi y'amazi gishora imizi mu mugezi. Ntikizatinya amapfa nacana, ahubwo ikibabi cyacyo kizahorana itoto, ntikizita ku mwaka wacanyemo amapfa, kandi ntikizareka kwera imbuto zacyo."* (Yeremiya 17:7-8)

Kera mu myaka ya 1980, hari amashusho yadutse mu Rwanda abantu bashushanyaga avuga inkuru y'umugabo wagiye gutsinda igiti ku nkombe y'ikiyaga, noneho mu gihe yari amaze gutema icyo igiti kiri hafi kugwa abona ingona iza imusanga hafi ya cya giti. Ubwo intorezo yari afite mu ntoki ayijugunya mu ruzi, yurira cya giti kugirango ahunge ingona. Afata ishami rya mbere, agifata ishami rya kabiri rya cya giti abona inzoka yizungulije mu bushorishori bwa cya giti imanuka iza imusanga, ubwo kandi ni nako hasi mu mazi ya ngona irekereje, ireba ko wa muntu yagwa ngo imusamire hejuru.

Ku rundi ruhande rw'icyo giti hari agashyamba karimo intare. Ibonye umugabo anagana mu bushorishori bw'igiti, iti mbonye amahaho. Ubwo intare iza yiruka ihagarara munsi ya cya giti irekereje. Mbega ingorane!!!!! Uwo mugabo yakomeje kurwana n'umutima, bikomeza kumwanga munda, bigezaho afatisha ukuboko kumwe, akomeza gushaka gusimbuka, ariko yareba hasi akabona ingona n'intare byasamye, yashaka gukomeza kwurira akabona inzoka irekereje hejuru. Atangira kwibaza urupfu agomba guhitamo: kuribwa n'inzoka, kuribwa n'ingona cyangwa gutanyaguzwa n'intare. Uti, byaje kugenda gute?

Ntabwo iyo shusho igaragaza uko uwo mugabo byaje kumugendekera nyuma, ariko ku bakurikiranira iyi nkuru hafi bemeza ko uyu mugabo yaje kubaho. Kubera ko igiti yari yagitemye kiri hafi kugwa, umugabo yakomeje gucuragana acyicundaho, yabuze epfo na ruguru, uko yacuranaga ni nako yasengaga mu mutima agira ati: "Mana mbabarira unkize aka kaga. Ntunyiture ibihwanye n'ibyo nacumuye. Umbabarire ibyaha byanjye nk'uko nanjye mbabarira abambabaje batagira ingano. Ntumpane muri aka kaga Mana, kuko nizeye ko ubwami n'ubushobozi n'icyubahiro ari ibyawe none n'iteka ryose. Amen."

Akivuga iryo sengesho, Imana yohereje Marayika wayo azana umuyaga wo mu ruzi, uraza uhuha werekeza mu gace intare yari irimo. Ya ntare uko yakasamye itegereje gusama wa mugabo, igihimba cy'igiti cyayiguyeho kiyimena agahanga. Ubwo amashami na yo yahise aryamira ya nzoka arayishwanyaguza ayigira ubushingwe. Ingona yari iri mu mazi yumvise urusaku rwo kugwa kw'igiti, ibonye n'uburyo bigendekeye intare, iti ni jyewe utahiwe, ubundi uriya mugabo namushakagaho iki ko ntasanzwe ntunzwe n'abantu. Ingona ikata ikorosi, ihunga isubira hagati mu kiyaga kubera guhahamurwa n'urusaku rw'igiti. Ubwo umugabo yagiye kubona asanga ari wenyine, abanzi be bose batatanye, abandi bapfuye. Hari ubwo Imana ijya ihaguruka abanzi bayo bagatatana, kandi abayanga bagahunga mu maso hayo (Zaburi 68:1).

Nshuti wumva iyi nkuru, uko ni ko Imana ijya ikiza abayiringira. Abanyarwanda benshi banyibutsa inkuru ibabaje kandi ishimishije y'uyu mugabo. Abantu benshi baheze hagati y'urupfu kandi nta byiringiro bafite. Bahungiye ubwayi mu kigunda. Bazerereye mu butayu babura amazi kandi iruhande rwabo hari isoko. Batemye igiti bahagazeho none kigiye kubagwira kibarimbure. Buriye bahunga akaga, bahura n'akaga karuta aka mbere. Bameze nk'intama zidafite umwungeri. Barasandaye mu mitima. Babuze ibyiringiro kubera impamvu biteye ubwabo no kubera izindi mpamvu zitabaturutseho. Igiti batemye kigiye kugwa, kandi bahagaritse umutima kuko batazi amaherezo yabo.

Abantu benshi bananiwe kubabarira bituma badatera imbere mu byo kwizera cyangwa ngo basubire inyuma aho bavuye. Kubabarira bigusaba kuvana amaso ku byabaye no ku babikoze, ukareba mu ijuru ku Mana kuko ari ho hazava gutabarwa kwawe. Ibyo Bibiliya ivuga ko ari ukuburira maso ku misozi, ugategereza gutabarwa kuva ku Mana (Zaburi 121). Imana igufashe, uyu mugani w'uyu mugabo wari waheze mu giti ntuwushake mo ibigereranyo bidafite aho bihuriye.

Abanzi bawe ntabwo ari inzoka, ingona, cyangwa intare gusa. Hari abo wita abanzi bawe bahagaze ku giti cyenda kugwa nk'icyo nawe uhagazeho. Abanzi bawe na bo bafite ibibazo byabo byabateye gukora ibyo ubashinja. Mu by'ukuri, umwanzi wawe ni umwe, ni Satani ukorera mu bantu bigatuma ubabona uko bataremwe. Shyira ibyiringiro byawe mu Mana, uzabona gutabarwa kuvuye mu ijuru. Imana izakurangiriza ibibazo kandi inzira izakoresha ntushobora kuzirondora.

Ntabwo ari Abanyarwanda gusa bahura n'akaga nk'aka. Ibyago n'agahinda ni rusange mu bantu. Mu mpera z'umwaka wa 2008, amazu arenga 800 yibasiwe n'umuriro mu ntara ya California, imwe muri Leta zikize za Leta zunze ubumwe z'Amerika. Byabaye ngombwa ko abantu 28,000 bavanwa mu byabo bitewe n'iyo nkongi.

Abantu bamwe bajya bameneshwa n'imitingito, imiyaga idasanzwe n'ibindi. Imibare itangwa na Medecins Sans Frontieres yerekana ko abantu milliyoni 26 bavanywe mu byabo mu bihugu 52 by'isi bitewe n'impanuka zitari zimwe. Abandi milliyoni 42 z'abantu batuye isi babaye impunzi bitewe n'intambara zidashira. Aka ni akaga kaba ku bantu ku mpamvu zitabaturutseho.

Ibyo byose bituma abantu benshi babura ibyiringiro bakibaza ku buzima bwabo bw'ejo hazaza bikabayobera. Umwanditsi wa Zaburi ni we wavuze ati: "Imfatiro z'isi zose ziranyeganyega" (Zaburi 82: 5b). Yesaya na we ahanura ku byago bizaza ku isi yabivuze ukuri ati: *"Isi iramenetse, isi irayaze, isi iranyeganyejwe cyane. Isi iradandabirana nk'umusinzi"* (Yesaya 24:19-20).

Iyo umuntu ageze mu ruhirahiro, hari ibisubizo byinshi biza mu mutwe, kuko aba yibaza ati, ahari nkoze gutya na gutya, wenda nabona amahoro. Ariko amahoro arabuze ku bantu benshi. Amahoro arabuze mu rubyiruko, mu bashakanye, mu basore n'inkumi, mu bakomeye no muboroheje, kuko abantu banze kwakira imbabazi ziva ku Mana no kubabarira ababahemukiye. Ariko nagirango nongere nkwibutse ko hari ibyiringiro, kandi ibyo byiringiro bihishwe gusa mu Mana. Kubabarira ni ikimenyetso cy'umuntu wamaze kumenya ibanga ryo kubitsa ibyiringiro bye mu Mana, kandi akamenya ko imibabaro aterwa n'abantu itamutandukanya n'urukundo rw'Imana.

Ku byerekeye imibabaro n'ibigeragezo duhura na byo muri iyi si, Yakobo yayivuzeho neza agira ati: *"Bene Data, mwemere ko ari iby'ibyishimo rwose nimugubwa gitumo n'ibibageragezwa bitari bimwe, mumenye yuko kugeragezwa ko kwizera kwanyu gutera kwihangana. Ariko mureke kwihangana gusohoze umurimo wako, mubone gutungana rwose mushyitse mutabuzeho na gato"* (Yakobo 1:2- 4).

Birakomeye kwemera ko guhura n'ibigeragezo bizana umugisha wo kwihangana. Iyo uretse kwihangana kugasohoza umurimo wako uvanamo kunesha, kandi kunesha kukaguhesha ibyiringiro bidashobora kugukoza isoni. Pawulo abivuga muri aya magambo agira ati: *"Ariko si ibyo byonyine, ahubwo twishimira no mu makuba yacu, kuko tuzi yuko amakuba atera kwihangana, kandi kwihangana kugatera kunesha ibitugerageza, uko kunesha kugatera ibyiringiro. Bene ibyo byiringiro ntibikoza isoni, kuko urukundo rw'Imana rwasābye mu mitima yacu ku bw'Umwuka Wera twahawe"* (Abaroma 5:3-5).

Ese utekereza ko niba Dawidi na Elisa baravumwe, bakangwa n'abantu, wowe nanjye turi bande bo kwibwira ko tuzaba ahantu abantu batadutera ibibazo? Nkuko nigeze kubivuga, umuntu wagiriwe nabi, akenshi na kenshi akunda kugirira abandi nabi. Abantu bakoze itohoza basanga umwana wahohotewe akiri muto, akenshi iyo amaze gukura, ibyo yakorewe abikorera abandi.

Umuntu wiciwe akenshi agendana umutima wo kwica abandi abyita kwihorera. Nubwo atabishyira mu bikorwa mu buryo bugaragara, ariko ibyo bitekerezo ntibibura kumuzamo. Ibi mvuze ntabwo biba kuri buri wese, ariko abantu benshi bagira ingaruka z'ubugome bagiriwe bakanabugendana mu buryo butagaragarira abandi. Kugirango ubwo bugome bakuye ku bandi bubavemo, bisaba ingufu no kuborwa n'Imana yonyine.

Birakomeye kugirango umwana wakuze yangwa n'ababyeyi agaragaze urukundo mu bantu babana. Niba so na nyoko batarakwizeraga, bizakugora kugirango wizere abandi. Hano sinshaka kuvuga yuko ingeso zose umuntu agaragaza azikomora ku bamureze. Oya! Hari ingeso uvukana ubwawe n'abakureba bakibaza aho iyo kamere wayikuye bakahabura. Hari n'ingeso utoragura aho wakuriye: Ni ukuvuga ku babyeyi mbere na mbere, n'abandi bantu ugenda uhura na bo mu buzima: abarimu, abakozi bo mu rugo, n'abandi.

Hari umuntu wigeze kuvuga ati: "Mpa umwana wawe ibyumweru bitandatu by'amavuko gusa, nzamugumana iminsi yose". Uwo muntu yashakaga kuvuga ko ababyeyi bafite uruhare runini ku bana babo. Umubyeyi ashobora gutoza umwana urukundo cyangwa urwango. Ariko uko warezwe kose, aho wanyuze hose ngo ugere ku rugero uriho, wibuke ko uri umuntu.

Urababara kandi nawe ukababaza abandi. Ariko wibuke ko ibikubabaza bitagombye kugusunika na sentimetero n'imwe ngo bikuvane mu mugambi Imana igufitiye. Ikindi kandi, abakubabaje, ntibagombye kuguhora mu mutwe, ubatekereza nabi cyangwa ubifuriza ibibi, kuko nta gisubizo cy'ibibazo byawe bafite. Ahubwo igisubizo gifitwe n'Imana, maze nawe ukagira urufunguzo ari rwo kubabarira. Kwemera kubabarira mugenzi wawe ni ugufungurira Imana ngo ize ikore igitangaza mu mutima wawe.

Humura erega Imana izi ko utabishobora ku mbaraga zawe, nta nubwo yigeze igusaba kuyifasha, ahubwo yo irakomanga ngo ukingure maze na yo ize yikorere akazi kayo. Nufungura, izaza imenagure bya bibyimba, ikande bya bisebe, ishyireho umuti womora. Yego bizakubabaza, ariko uzavanamo ishimwe utazigera wibagirwa.

Kuvurwa birababaza, ni yo mpamvu abana kenshi usanga batinya kujya kwa muganga, ndetse babona muganga yinjiye induru bakayiha umunwa. Kera nkiri umwana numvaga impumuro y'amazu n'imiti byo ku ivuriro ryo ku Kigeme, maze nkumva ndahazinutswe. Kwa muganga burya hagira umwuka waho. Iyo twajyanaga n'abandi gusura umurwayi narahageraga nkumva umutima urankubise, kandi atari jye urwaye.

Hari mushiki wanjye mutoya nkurikira utarashoboraga kunywa icyayi kiri muri Thermosi yavuye kwa muganga kubera ko byamwibutsaga impumuro yaho. Bibiliya burya na yo igira impumuro yayo. Impumuro mvuga ni Ijambo ry'Imana. Bamwe barayumva bakagenda bayigana, abandi yabakubita bakagenda bayihunga. Banyarwanda, Barundi, Banyekongo, Banyafurika, bene data, nimureke twemerere Yesu atuvure. Niba uzi neza ko Imana yaguhamagaye kandi ikaba ifite umugambi ku buzima bwawe, hari uburyo bubiri numva watsinda urugamba uriho:

Icya mbere, ugomba kwitegura kunesha urugamba no kwemera yuko kubabara no kugirirwa nabi n'abantu ari urusange mu bantu, ariko ukazirikana yuko Imana iri mu ruhande rwawe ari yo izakurwanirira. Uzababazwa, waba ubyiteguye cyangwa utabyiteguye, kuko nta wumenya igihe ibibazo bigwirira umuntu, ugomba guhora witeguye. Iyo nza kuba narize iri somo kera nkiri muto byari kumfasha byinshi nanyuzemo mu buzima.

Icya kabiri, itegure kubabarira kuko nushaka kunyura inzira zo kuruhande bizakuvuna ubuzima bwawe bwose. Kubabarira ni inzira usabwa kugendamo ubuzima bwawe bwose. Uko umubabaro utajya urangira ku isi ni nako kubabarira bitazigera bishira ku isi kugeza Yesu agarutse. Ntabwo ubabarira kugirango ubohore uwakubabaje gusa, ahubwo ubabarira kugirango wibohore wowe ubwawe.

Baca umugani mu Kinyarwanda ngo nta joro ridacya. *"Ahari kurira kwararira umuntu nijoro, Ariko mu gitondo impundu zikavuga"* (Zaburi 30:6b). Imvura iragwa, ariko igihe cyagera igahita. Iyo umuntu ari mu gihe cy'imbeho, yibeshya yuko imbeho izahoraho. Izuba na ryo rirava ukavuga uti biracitse turashize, ariko igihe kiragera rikazima. Nta mubabaro numwe utagira iherezo.

Nuko rero nawe ntukuke umutima kubw'ibyo wanyuzemo, kuko ibyiza biri imbere. Ugomba kwishima, ugaseka, ukidagadura, ndetse wanabishobora ukajya gutembera ku kiyaga. Inyanja, inyamaswa, ibiti n' indabyo byose twabihawe n'Imana ngo tubitegeke kandi tubyishimire. Ntabwo ubukristo ari uguhora wikingiranye mu cyumba urira, nubwo kurira nabyo bigira umwanya wabyo.

Ibyo ukora byose, wibuke ko umwanzi wawe atakwishimiye. Uramenye ntuzaterwe utunguwe, kuko Satani yihuta nk'umurabyo. Igihe kimwe Yesu yatumye abigishwa mirongo irindwi na babiri gukora umurimo, maze bagarutse baza bitera hejuru bishimye ko bashoboye, kwirukana abadayomoni. Maze Yesu amaze kumva inkuru nziza bazanye, arabitegereza *arababwira* ati *"Nabonye*

Satani avuye mu ijuru, agwa asa n'umurabyo. Dore mbahaye ubutware bwo kujya mukandagira inzoka na sikorupiyo, n'imbaraga z'Umwanzi zose, kandi nta kintu kizagira icyo kibatwara rwose" (Luka 10:18-19).

Hano icyo Yesu yashakaga kubabwira ni uko n'ubwo ibintu biri kugenda neza, abadayimoni bahunga, ibitangaza birimo gukoreka, Satani ntabwo yishimye, agabye ikindi gitero ngo abatere, kandi aje yihuta nk'umurabyo. Ariko nubwo aje yihuta n'uburakari bwinshi, ntimutinye, nimuhumure mbahaye ubutware bwo kumunesha. Mbahaye ubushobozi bwo kumukandagira no kumumena umutwe. Iyo umuntu atiteguye igitero nk'icyo ashobora gukora ibintu ahubutse.

Iyo umuntu atunguwe, asubiza nk'utunguwe, akenshi akavuga nabi cyangwa agakora ibyo atagombaga gukora. Ariko iyo umuntu azi ko ibintu bishoboka, ibiza byose bisanga ari maso, afite ibyiringiro bihamye mu Mana. Bibiliya iratubwira ngo umuntu wiringira undi muntu cyangwa ibindi bintu bitari Imana, aba abaye ikivume. Ngo ariko ufite ibyiringiro mu Mana ahorana itoto mu gihe cy'amapfa. Abandi bantu bose baruma, bakamera nk'inkokore zo mu butayu, ariko we agasigara ahagaze, afite itoto rihoraho. Umuntu wiringira Imana, ameze nk'igiti cyatewe hafi y'umugezi (Yeremiya 17: 5-8).

Dawidi yari ameze nk'icyo giti. Yari afite ibyiringiro bitanyeganyega mu Mana. Igihe Samweli yajyaga kumwimika bakajya kumuhamagara ku gasozi aho yari aragiye intama, yamenye ko burya Imana imuzi. Iyo Imana ikuzi, abantu ntibaguhahamura. Amagambo bakuvuga ntakubuza gusinzira. Iyo Imana ikuzi ugenda wemye.

Ubwo Dawidi amaze kwimikwa nk'umwami wa Israyeli, ntabwo yahise ajya ku ngoma. Ahubwo yamaze imyaka myinshi ahunga Umwami Sawuli. Yagendaga ava mu buvumo ajya mu bundi bitewe n'aho umwanzi we yabaga ageze amuhiga. Igihe kimwe Dawidi yaragiye yihisha mu bihome by'ahitwa Eningedi. Ubu buvumo bwari ahantu mu butayu n'ibitare amasiha atuyemo. Dawidi n'abantu be baragenda bakambika mu mwinjiro w'ubwo buvumo. Sawuli bamubwiye ko Dawidi ari ho yihishe akoranya ingabo ibihumbi bitatu baragenda bajya guhiga Dawidi.

Kubera urugendo rurerure Sawuli yari yakoze n'ingabo ze bajya guhiga Dawidi, agomba kuba yarahageze aguye agacuho. Sawuli ngo yaragiye ageze ku biraro by'intama, kandi hari ubuvumo yinjiramo kugirango aruhuke gato. Dawidi n'abantu be baramubona. *"Ingabo za Dawidi ziramubwira ziti: "Uyu ni wo munsi Uhoraho yakubwiye ko azakugabiza umwanzi wawe, ukamugenza uko ushaka." Dawidi aromboka, akeba agatambaro ku mwitero wa Sawuli. Ariko Dawidi yumva afite inkomanga ku mutima, kubera ko yakebye agatambaro ku mwitero wa Sawuli. Nuko abwira ingabo ze ati: "Uhoraho arandinde gukora ishyano ngo nice databuja. Ibyo ari byo byose ni umwami Uhoraho yimikishije amavuta!" Ayo magambo ya Dawidi acubya ubukana bw'ingabo ze, ababuza kwiroha kuri Sawuli. Hanyuma Sawuli arahaguruka asohoka mu buvumo, yikomereza urugendo. Dawidi na we asohoka mu buvumo ahamagara Sawuli ati: "Nyagasani databuja!" Sawuli arakebuka, maze Dawidi yikubita hasi yubamye. (1 Samweli 24:5-8; Ijambo ry'Imana).*

221

Undi muntu mu banzi benshi dusanga Dawidi yari afite n'umugabo witwaga Shimeyi mwene Gera wo mu muryango wa Sawuli. Igihe kimwe Dawidi yaratambutse yigendera nkuko umugenzi agenda mu nzira, Shimeyi amubonye atangira kumutuka no kumuvuma.

"Atera Dawidi amabuye n'abagaragu b'Umwami Dawidi bose, kandi abantu bose n'abanyambaraga bose, bari bamukikije iburyo n'ibumoso. Shimeyi aramutuka ati: "Genda genda wa mwicanyi we, wa kigoryi we. Uwiteka yakugaruyeho amaraso y'inzu ya Sawuli yose wizunguriye ugatwara, none Uwiteka yagabiye Abusalomu umuhungu wawe ubwami bwawe, kandi dore nawe uzize igomwa ryawe kuko uri umwicanyi." Abishayi mwene Seruya abaza umwami ati: "Ariko ni iki gituma tureka iyo mbwa y'intumbi agatuka umwami databuja? Ndakwinginze reka nambuke muce igihanga." Umwami aravuga ati: "Mpuriye he namwe, yemwe bene Seruya? Arantuka kuko Uwiteka ari we wamubwiye ati: 'Tuka Dawidi.' None ni nde wabasha kumubuza ati 'Ariko ibyo ubitewe ni iki?'" Maze Dawidi abwira Abishayi n'abagaragu be bose ati: "Murareba uko umuhungu wanjye nibyariye agenza ubugingo bwanjye. Mbese uwo Mubenyamini ntiyarushaho? Nuko nimumureke yitukire, kuko Uwiteka yabimutegetse. Ahari Uwiteka azareba inabi ngirirwa, kandi Uwiteka azanyitura ibyiza ku bw'iyo mivumo yamvumye uyu munsi." Nuko Dawidi n'abantu be bakomeza inzira. Shimeyi na we aca mu ibanga ry'umusozi amwitegeye, agenda amutuka umugenda, amutera amabuye n'umukungugu. (2 Samuel 16:6-13).

Kubabarira uzabishobozwa no kugira Ibyiringiro bihamye mu Mana yonyine. Warababaye, ariko humura Imana ije kugutabara. Waranzwe, uratukwa, urasenyerwa, urabeshyerwa, uricirwa, urasuzugurwa, ariko ufite undi murengezi abantu batazi. Niba wizera Uwiteka, Uwiteka akakubera ibyiringiro, urahirwa.

Uzanyura mu muriro, ariko ntuzashya, uzanyura mu migezi, ariko ntizagutembana. Kuko uzahwana n'igiti cyatewe hafi y'amazi, gishorera imizi mu mugezi. Niwizera Imana yuko ari umutabazi wawe, ntacyo uzatinya. Nta muntu uzatinya, nubwo yaba umwanzi wawe. Dawidi ni we wavuze ati, Uwiteka ni umutabazi wanye. Uwiteka ni Umwungeri wanjye sinzatinya (Zaburi 23). Umuntu yabasha kuntwara iki ? (Zaburi 118:6). Pawulo na we yunga mu rya Dawidi ati, "Ubwo Uwiteka ari mu ruhande rwacu, umubisha wacu ni nde ?" (Abaroma 8:31)

Kubabarira umuntu wakwandagaje bigusaba ukwemera ko ufite umurengezi ukomeye uzakurangiriza urwo rubanza. Uwo murengezi ni we uzakuburanira, agutsindishirize. Ni we mucamanza wa bose, kandi ni we uzahora. Ni yo mpamvu ijambo ry'Imana ritubwira ngo *"bakundwa, ntimwihoranire, ahubwo mureke Imana ihoreshe uburakari bwayo, kuko byanditswe ngo 'guhora ni ukwanye. Ni jye uzitura, ni ko Uwiteka avuga'"* (Abaroma 12:19). Nawe numwiringira, ntabwo uzatinya ibyago n'amakuba, ahubwo uzahorana itoto, ntuzita ku mwaka wacanyemo amapfa kandi ntuzareka kwera imbuto zawe (Yeremiaya 17: 7-8).

Abakureba bose bazatangara babonye ibyo Imana igukoreye. Abanzi bawe bazakureba bamware kuko Imana izaba igutabaye, ikagukura mu menyo y'abasetsi. Wa mugani wa Theogene Uwiringiyimana, "icyifuzo cy'abakwanga cyibaye ubusa, kuko imigambi y'abana b'abantu si yo y'Imana. Bari bazi yuko ugiye gukorwa n'isoni, barajya he ko ijuru ritabaye ? Imana izagusubiza bose babireba. Uzashima Imana bose babireba".

Kwiringira Imana bishaka kuvuga iki ? Kwiringira Imana ntabwo ari ukwihumuriza ngo wibwire yuko ibintu byose bizagenda neza, byo kwirema agatima. Ibyo bisa no kunywa umuti wo kwiyibagiza ibibazo. Uzarebe no mu mibanire y'abantu, ntabwo wakwizera umuntu mudafitanye ubucuti, kandi ubwo bucuti bugaragarira cyane cyane mu bibazo munyuramo. Ibyiringiro mu Mana ni ibyiringiro bishingiye ku mubano wa buri munsi ufitanye n'Imana. Imana ifite igisubizo cy'ibibazo byawe, ariko iragusaba ngo uyemerere mugirane umubano. Imana ifite ubwo bushake bwo kuguha amahoro wabuze, mbese waba ufite ubushake bwo kwakira igisubizo Imana itanga ?

Ubundi mu buzima bwacu busanzwe ntabwo ari kenshi umunyacyubahiro afata igihe cyo gushaka umuntu woreheje nyuma y'abandi ngo amugirire ineza. Tumenyereye ko umuntu woreheje ari we ukenera ukomeye, akamushaka, byaba ngombwa akamara iminsi amutegereje ku biro kugeza igihe azamubonera. Imana ntabwo ikora muri ubwo buryo. Imana yaremye ijuru n'isi, ikarema ibyo turebesha amaso n'ibyo tutabona, iyo Mana iragukunda kandi irashaka ko uharira uwo mwenda abawukurimo, ukizera ko urubanza rusigaye izarurangiza.

"Kuko Imana yakunze abari mu isi cyane byatumye itanga umwana wayo w'ikinege kugirango umwizera wese atarimbuka ahubwo ahabwe ubugingo buhoraho." (Yohana 3:16). Kwizera Imana bivuga kwemera kuyegurira ubugingo bwawe bwose, n'ubwenge bwawe bwose, n'imbaraga zawe zose, n'imitwaro yawe yose. Nabigereranya nuko waba utwaye imodoka wayobye utazi aho uva n'aho ujya, noneho ugahura m'umugiraneza, akakubwira ati, genda wiyicarire inyuma, umpereze imfunguzo ndagutwara nkugeze iyo ujya.

Ibyo byiringiro mu Mana bitwizeza ko Imana izahagararana nawe mu muyaga w'ishuheri uzacamo. Izabana nawe mu muriro nk'uko yabanye na ba Saduraka, Meshaki na Bedenego. Nugwa muri ruhurura, Imana izaba iri kumwe nawe. Imana izakubera byose waba uzengurutswe n'amagambo abanzi bakuvuga, waba uri muzima cyangwa urwaye, yewe n'iyo waba urwaye ibibembe cyangwa sida, cyangwa kanseri abantu batinya, dore ko ngo ari zo ndwara ziruhije kuvura.

Imana izakubera Imana, igihe cyose n'ahantu hose. Izakubera Imana uryamye ku buriri wenda gushiramo umwuka, ikomeze ikubere Imana umaze kwambuka umugezi w'urupfu. *"Kuko ubwayo yavuze iti: "Sinzagusiga na hato, kandi ntabwo nzaguhāna na hato. Ni cyo gituma tuvuga dushize ubwoba tuti: Uwiteka ni umutabazi wanjye, sinzatinya. Umuntu yabasha kuntwara iki?"* (Abaheburayo 13:5-6).

Umuntu ufite ibyiringiro mu Mana ahora yiteguye kubabarira kuko aba yizeye neza ko yahemukirwa n'abantu cyangwa batamuhemukira, afite umugabo yegamiye witwa Kristo utazigera umuhana na rimwe, haba mu byiza cyangwa mu bibi. Uyu mugabo yitwa Intare yo mu muryango wa Dawidi, kandi ni Umwami utwara abami bose, kandi mu byaremwe byose nta na kimwe kitaremwe na we. Yabanjirije byose kandi byose bibeshwaho na we (Abakolosayi 1:16-17).

Yanyuze mu kababaro karenze akawe, aranesha kandi ni we ufite urufunguzo rw'ibizaba. Nta gahinda cyangwa umubabaro ushobora kunyuramo birenze imbaraga ashobora kuguha zo kubyihanganira. Nta byago cyangwa ubuhemu ushobora kugirirwa byasibanganya urukundo agukunda. Abantu bamaze kwibira muri urwo rukundo rwa Kristo, bakarugira ubuturo ntibivuga ko batababara. Barababara nk'abandi bose, ariko bahora biteguye kubabarira kuko bamaze gusabwa n'urukundo rw'Imana.

Iyi si ni mbi, ariko Imana ni nziza. Abantu bose ntibazakubera beza, ariko Yesu azakubera inshuti nziza, igihe cyose, n'ahantu hose. Abantu benshi barahindutse ariko ntabwo ari abantu bose. Ntabwo abantu bose ari abagome. Ntabwo abana bose ari babi. Ntabwo Abanyarwanda bose ari ibisambo, abicanyi, abagome n'abagambanyi. Ntabwo abategetsi bose ari ibisahiranda. Ntabwo inshuti zose zihemuka. Ntabwo abagabo cyangwa abagore bose bareba inyungu zabo. Ntabwo abarokore bose bishushanya. Haracyari abantu beza ku isi. Ariko n'ubwo bakiriho, haracyari urugamba.

Iyo umuntu amaze imyaka n'imyaka ari mu bigeragezo by'urudaca, agezaho akibwira ko yavukiye kubabara no guhora mu gahinda gahoraho. Ibyo ni ukwibeshya! Ijoro ryose rigeraho rigacya. Umwanditsi wa Zaburi yaravuze ngo *"Ahari kurira kwararira umuntu nijoro, ariko mu gitondo impundu zikavuga" (Zaburi 30:6b).*

Ibyiringiro byacu bishingiye mu kumenya ko umugabo twita Umwami w'Abami, ari we Yesu, yanesheje isi! Yaturaze imbaraga zo gukandagira inzoka na skorpiyo, kandi nta kintu kizagira icyo kidutwara. Ntabwo twaremewe gutsindwa, ahubwo twaremewe kunesha, kuko uwanesheje ari mu ruhande rwacu kandi akaba ari we urwana urugamba mu cyimbo cyacu. Kuvuga ibigwi bya Kristo biroroha iyo ibintu biri kugenda neza.

Biroroshye kuririmba indirimbo zivuga ibyiringiro, tukavuga n'imirongo yo muri Bibiliya ibwiriza iby'ibyiringiro, ariko twagera mu kababaro gakomeye, kwizera ko Imana iri kumwe natwe bikatunanira. Hari ubwo uzengurukwa n'ibibazo impande zose ugata umutwe, ndetse ukumva ko isi yose ikurangiriyeho. Birushaho kudukomerera kubabarira umuntu tuzi neza ko yatubabaje abizi kandi yabigambiriye.

Iyo ibyiringiro byacu byamaze gushorera imizi mu Mana, atari mu isi, tuba twaramaze kubaka urufatiro rutanyeganyega rwo kubabarira. Umuntu ufite bene ibyo byiringiro, Bibiliya imugereranya n'umuntu wubatse inzu ye ku rutare, udashobora kunyeganyezwa n'imuvu cyangwa se imiyaga iyo ari yo yose (Matayo 7:24-27). Hari impamvu nyinshi zagombye kudutera kubabarira, ariko reka mvuge enye gusa z'ingenzi:

(1) Tubabarira kubera ko natwe twababariwe kandi duhora tubabarirwa; (2) Tubabarira kugirango tubohore uwaduhemukiye, ariko cyane cyane kugirango twibohore ubwacu; (3) Tubabarira abandi kugirango natwe twiyubakire iteme tuzacaho mu gihe tuzaba dusaba abandi imbabazi; (4) Tubabarira abantu kuko dufite ibyiringiro bihamye ko n'ubwo abantu bo baduhemukiye, Imana yo iradukunda.

Yozefu abwira abavandimwe be ati, "Ku bwanyu mwari mushatse kungirira nabi, ariko Imana yo yashakaga kubizanisha ibyiza, kugirango isohoze ibi biriho none, ikize abantu benshi urupfu" (Itangiriro 50:20). Tubabarira kuko tuzi neza ko Imana iri mu ruhande rwacu, kandi niba Imana iri mu ruhande rwacu, abanzi bacu ntibashobora kudutandukanya n'Imana.

Nta kintu gishobora kudutandukanya n'urukundo Imana idukunda (Abaroma 8:31-35). Imana izi agahinda duterwa n'abantu, kandi ni yo iduha imbaraga zo kunesha. Urukundo rwayo ntabwo rutwizeza ko tutazigera tubabara na rimwe, ahubwo rutwizeza ko nitunyura mu mazi Uwiteka azaba ari kumwe natwe, niduca no mu migezi ntizadutembana. Nitunyura mu muriro ntituzashya, kandi ibirimi byawo ntibizadufata (Yesaya 43: 2).

Mu myaka irenga makumyabiri ishize, Abanyarwanda benshi banyuze mu muriro, ariko bose ntibahiye. Gushya nshaka kuvuga ntabwo ari ugupfa mu buryo bw'umubiri ahubwo ni ugupfa uhagaze. Abandi Banyarwanda banyuze mu mazi, ariko ntabwo ari ko bose yabatembanye. Nubwo Abanyarwanda bose bahuye n'ibikomeye, haracyari abantu bahagaze. Ntucike intege, haracyari ibyiringiro mu Mana. Humura, Umwuka Muziranenge azagufasha.

Birashoboka ko waba umaze igihe urwana n'uburyo wababarira abantu bakugiriye nabi. Birashoboka kandi ko waba umaze igihe uri mu bwigunge ukibwira ko nta witaye ku gahinda kawe n'ibibazo urimo. Impamvu utinya iyo bavuze ibyo kubabarira, ni uko wenda nta byiringiro ufite. Bibiliya igufitiye inkuru nziza. Niwemera ukizera Imana , ubuzima bwawe ukabwegurira Imana, abo wita abanzi bawe ukabaha Imana aho kugenda ubahetse, uzabona amahoro wari warabuze, kandi Imana izagucira inzira aho utabonaga inzira.

Kuko ubwayo yavuze iti, *"Uwishwe n'inyota nzamusukiraho amazi, nzatembesha imigezi ku butaka bwumye, urubyaro rwawe nzarusukaho Umwuka wanjye, n'abana bawe nzabaha umugisha. Bazamera nkuko imikinga yo ku migezi imerera mu bwatsi."* (Yesaya 44: 3-4). Chorale Rehoboth ijya iririmba amagambo meza amfasha igira iti: "Ntabwo Imana yakuretse, ntabwo yakwibagirwa, nubwo byagenda bite". Reka kugundira akababaro watewe n'abantu. Reka kuguma mu kazitiro k'urwango. Tanga imbabazi, ubohoke, kandi ubohore mugenzi wawe.

HUMURA UMWUKA WERA AZAGUFASHA

Ikintu cy'ingenzi cyadufasha mu rugendo rwo kubabarira no gukemura ibibazo hagati yacu na bagenzi bacu ni ukuzirikana amasezerano Yesu yaduhaye y'Umwuka Wera. Aya masezerano Yesaya yayahanuye mu Isezerano rya Kera, imyaka hafi 700 mbere yuko Yesu avuka, ubwo yavugaga ati:

"Ariko rero noneho umva, Yakobo mugaragu wanjye, Isirayeli natoranije." Uwiteka wakuremye akagukuza uhereye ukiri mu nda, kandi ari we uzajya agufasha aravuga ati "Witinya Yakobo mugaragu wanjye, Yeshuruni natoranije. "Uwishwe n'inyota nzamusukiraho amazi, nzatembesha imigezi ku butaka bwumye, urubyaro rwawe nzarusukaho Umwuka wanjye n'abana bawe nzabaha umugisha. Bazamera nk'uko imikinga yo ku migezi imerera mu bwatsi. "Umwe azavuga ati 'Ndi uw'Uwiteka', undi aziyita izina rya Yakobo, undi aziyandikira n'ukuboko kwe ko ari uw'Uwiteka yihimbe izina rya Isirayeli."(Yesaya 44: 1-5).

Musomyi ni wowe nanjye tubwirwa. Imana yakuremye ukiri mu nda ya nyoko, irakubwira iti "witinya". Niba ufite inzara n'inyota urahirwa. Niba wumva umeze nk'ubutaka bwo mu cyi bukakaye, ukaba umeze nk'impala yahagira ishaka amazi, gira gutuza kuko Imana ije kukugenderera, kandi izanye umutsima umara inzara, n'amazi y'ubugingo amara inyota, adashobora gukama. Niba unyoteye kubabarira uwakugiriye nabi, ugasonzera gukunda umwanzi wawe, humura uzabigeraho kuko Uhoraho agiye gutembesha inzuzi ku butaka bwumye.

Mu Isezerana Rishya, Yesu yongeye gusezeranya Imigezi y'amazi y'ubugingo abamwizera. Iyi migezi izasendera ku bamwizera bose, maze nimara gusendera itangire itembe ibavamo. Aya masezerano azabonwa n'abamwizera bamufitiye inyota. Abo ni bo bazahazwa ayo mazi, kuko ijambo ry'Imana ritubwira ngo "Hahirwa abafite inzara n'inyota byo gutunganira Imana, kuko ari bo bazahazwa" (Matayo 5:6; Ijambo ry'Imana).

Iyi migezi y'amazi izahinduka nk'isoko idudubiza iva mu nda yabo. Ibi Yesu yabivuze aranguruye kandi abihamya mu ngoro y'Imana, rubanda rwose rwumva. Aya masezerano na n'uyu munsi arashaka kuyasohoza ku bamwizera. *"Ku munsi uheruka iminsi mikuru y'Ingando ari na wo bizihizaga cyane, Yezu ahagaze mu rugo rw'Ingoro y'Imana avuga aranguruye ati: "Umuntu wese ufite inyota nansange maze anywe. Nk'uko Ibyanditswe bivuga, umuntu unyizera imigezi y'amazi y'ubugingo izamuturukamo." Ibyo Yezu yabivuze yerekeza kuri Mwuka w'Imana abamwizeye bari bagiye kuzahabwa. Icyo gihe Mwuka yari ataroherezwa kuko Yezu yari atarahabwa ikuzo."* (Yohana 7:37-39; Ijambo ry'Imana).

Aya ni ya mazi Yesu yabwiye umugore w'Umusamariyakazi bari bahuriye ku iriba (Yohana 4:10). Aya asa n'amazi umuhanuzi Ezekiyeli yabonye atemba ava mu rusengero (Ezek 47:1). Aya mazi arongera agasa n'amazi Zakariya yahanuye azatemba ava i Yerusalemu

(Zakariya 1:8). Ibinezaneza biransaba iyo ntekereje ko Imana ifite ububasha n'ubushake, atari ubwo kumara inyota gusa ahubwo gufukura isoko mu bugingo bwanjye, maze aho kugirango nywe amazi, ahubwo amazi agaturuka muri jye, agatemba ajya ku bandi bayakeneye. Haleluya!

Ntabwo ngisenga nsaba igikombe cy'amazi yo kumara inyota, nsigaye nsenga nsaba iriba muri jye. Gusenga usaba gushira inyota gusa ni ukwikunda. Reka dusabe Imana iduhindure amariba. Reka dusabe Umwuka w'impano ariko dusabe n'Umwuka w'imbuto. Reka dusabe Imana nka wa muririmbyi, ngo iduhindure imigende yuzuyemo imbaraga z'agakiza gatemba kajya ku bandi. Reka dusabe Imana iduhindure ibibindi byuzuyemo amazi abandi bashobora kunywaho. Mana urakoze ko wumvise gusenga kwacu!

Umwami Salomo na we ayobowe n'Umwuka yunze mu ry'abahanuzi bahanuye agira ati: *"Niba uririra ubwenge bwo guhitamo, Kandi ijwi ryawe ukarangurura urihamagaza kujijuka, Ukabushaka nk'ifeza, Ubugenzura nk'ugenzura ubutunzi buhishwe, Ni bwo uzamenya kūbaha Uwiteka icyo ari cyo, Ukabona kumenya Imana. Uwiteka ni we utanga ubwenge, Mu kanwa ke havamo kumenya no kujijuka. Abikira abakiranutsi agakiza, Abagendana umurava ababera ingabo, Kugira ngo arinde amayira y'imanza zitabera, Kandi atunganye inzira z'abera be."* (Imigani 2: 3-8).

Tugomba gushishikarira gusenderezwa Umwuka Wera, byaba ngombwa tukabiririra. Umwuka Wera atanga Ubwenge, Umwuka Wera atanga kujijuka. Umwuka Wera atanga impano agatanga n'imbuto. Umwuka ni ubutunzi udashobora kubona icyo wabugereranya!

Isezerano ry'Umwuka Wera Imana yaritanze kuko yari izi ko abantu batihagije. Umwuka Wera ni Umufasha (Ni we uturwanirira ku rugamba), Umwuka Wera ni inkomezi (Ni we udukomeza iyo amavi yacu atentebutse n'amavi yacu atangiye gusukuma). Umwuka Wera ni umuvugizi wacu (ni we utuburanira iyo dufite urubanza, dore ko Satani ahora aturega nkuko yareze umutambyi Yosuwa).

Umwuka Wera ni Umujyanama wacu (Ni we udukura mu ruhirahiro, igihe twaburiwe, duheze mu rungabangabo). Kubaho udafite Umwuka Wera ni kimwe no kubaho udafite Imana, kuko Umwuka Wera ari Imana. Kubeshya Umwuka Wera ni ukubeshya Imana (Soma inkuru ya Ananiya na Safira mu Byakozwe 5: 3-4). Umwuka Wera afite kamere imwe n'iy'Imana. Abera hose icya rimwe, ntaho wamuhungira (Zaburi 139: 7-11), ntacyo wamuhisha, arondora ibihishwe byose, ndetse n'amayoberane y'Imana (1 Kor. 2:10-11).

Umuririmbyi umwe yigeze kwuzura Umwuka araririmba ngo "Mwami kubaho ntagufite bintera ubwoba n'amaganya ndetse byabasha no kungeza mu rupfu vuba" (Indilimbo ya 90 mu ndilimbo z'Agakiza). Natwe kubaho tudafite Umwuka Wera bisa no gutura mu gikombe cy'igicucu cy'urupfu.

Umuntu udafite Umwuka Wera aba ameze nk'Umwana w'imfubyi wabuze kirera. Aba apfuye ahagaze, nta buzima aba afite muri we. Nta kintu ashobora kwigezaho. Biragoye cyane kugirango umuntu ashobore kubabarira mugenzi we atabishobojwe n'imbaraga z'Umwuka Wera. Kubabarira birenze imbaraga zacu. Ku bantu ntibishoboka, ariko ku

Mana birashoboka, kuko nta kinanira Imana. Ni nayo mpamvu mbere yo gutandukana n'abigishwa be, Yesu yababwiye ati *"Kuko ikizagira icyo kibamarira ari uko ngenda, kuko nintagenda Umufasha atazaza aho muri, ariko ningenda nzamubohererereza. Ubwo azaza azatsinda ab'isi, abemeze iby'icyaha n'ibyo gukiranuka n'iby'amateka"* (Yohana 16:7-8).

Umwuka Wera ni we utwemeza ibyaha byacu, akaturehereza kwihana, tugasaba imbabazi kandi tukaziha abazidusabye, ndetse n'abatazidusabye. Hari ubwo ndaranganya maso mu buzima tubayeho muri iyi si, ngasanga igisubizo cya byose ari Umwuka Wera. Igisubizo cy'abana bananiranye mu rugo ni Umwuka Wera. Igisubizo cy'ingo zasenyutse ni Umwuka Wera. Igisubizo cy'urubyiruko ruruhijwe mu minsi ya none ni Umwuka Wera. Igisubizo cy'intonganya n'ubugome bwokamye inyoko muntu, ni Umwuka Wera.

Uyu Mwuka Wera ni we udushoboza kubyuka tukajya ku kazi twishimye, ni we uduha umunezero tukagira kunyurwa no mu gihe cy'ubushomeri, mu gihe tugitegereje akazi, ni we udushoboza kwirinda mu byo tuvuga, mu byo dutekereza no mu byo dukora byose. Ni we ugushoboza gutekereza mugenzi wawe uri mu bibazo ukamuhamagara, ukamubwira uti komera. Umwuka Wera ni we utuma ugira umunezero mu gihe wugarijwe n'ibibazo, kuko umunezero ari imbuto y'Umwuka Wera. Yesu yongera kubwira abigishwa be ati: *"Nanjye nzasaba Data, na we azabaha undi Mufasha wo kubana namwe ibihe byose, ni we Mwuka w'ukuri. Ntibishoboka ko ab'isi bamuhabwa, kuko batamurora kandi batamuzi, ariko mwebweho muramuzi kuko abana namwe, kandi azaba muri mwe.*" (Yohana 14:16-17).

Umwuka Wera ni we ugutera imbaraga zo gusanga uwaguhemukiye ukamusaba imbabazi, ni na we ugushoboza gutanga izo mbabazi. Bene data, bavandimwe, nimureke duhagurukire gusaba Umwuka Wera. Ni bwo bwonyine tuzashobora guhangana no kunesha ibibazo abantu badutera cyangwa tubatera.

Hari itandukaniro hagati yo kubyarwa n'Umwuka no kubatizwa mu Mwuka Wera cyangwa gusenderezwa Umwuka Wera. Iyo umuntu yakiriye Kristo nk'Umwami n'Umukiza we aba abyawe n'Umwuka, aba ahindutse umwana w'Imana, aba avutse ubwa kabiri (Yohana 3:3-6). Aba abaye icyaremwe gishya, "ibya kera biba bishize, dore byose biba bihindutse bishya" (2 Kor 5:17). Uwamaze kubyarwa n'Umwuka ayoborwa n'Umwuka kuko Umwuka w'Imana ari Se, kandi amutuyemo. "Abayoborwa n'Umwuka w'Imana nibo bana b'Imana" (Abaroma 8:14).

Kubyarwa n'Umwuka (Cyangwa kuvuka ubwa kabiri) no kubatizwa mu mazi ni itangiriro ry'ubuzima bwa gikristo. Ariko kubyarwa n'Umwuka n'amazi ntibihagije, tugomba no kubatizwa muri uwo Mwuka ndetse tukabatizwa n'Umuriro (Matayo 3:11) kandi nyuma yo kubatizwa na we tukifuza guhora twuzuzwa na we, cyangwa dusenderezwa na we. Igihe kimwe, intumwa Pawulo yari iri mu ngendo ze, maze ageze muri Efeso, aza gusanga abigishwa bamwe arababaza ati:

"Mwahawe Umwuka Wera, mutangiye kwizera?"
Baramusubiza bati "Ntabwo twari twumva yuko Umwuka
Wera yaje." Arababaza ati "Mwabatijwe mubatizo ki?"
Baramusubiza bati "Umubatizo wa Yohana." Pawulo ati
"Yohana yabatije umubatizo wo kwihana, abwira abantu
kwizera uzaza hanyuma ye, ari we Yesu." Babyumvise
batyo babatizwa mu izina ry'Umwami Yesu. Pawulo amaze
kubarambikaho ibiganza Umwuka Wera abazaho, bavuga
izindi ndimi barahanura. Abo bantu bose bari nka cumi na
babiri. (Ibyakozwe 19:2-7).

Ese nturamenya yuko Umwuka Wera yaje? Mu minsi ya
none, hari abantu benshi bameze nk'aba bigishwa bo muri
Efeso, bataramenya ko Umwuka Wera yaje. Tugomba
kwifuza no gusonzera kubatizwa mu Mwuka Wera.
Kubyarwa n'amazi n'Umwuka mbigereranya no
gusogongera. Torero rya none, dukeneye umuriro
uvumbitse, dukeneye umuriro uhora waka ku gicaniro,
dukeneye guhora dusenderezwa, kandi gusenderezwa
kwacu ntikube uko mu giterane gusa, ahubwo
kukagaragarira mu mbuto twera igihe cyose. Dukeneye
kurambikwaho ibiganza nk'abigishwa bo muri Efeso, maze
natwe tugatangira tugahanura tukavuga n'indimi nshya.

Dukeneye gusenderezwa imbabazi, tukababarira
abaduhemukiye, dukeneye kwaka umuriro w'urukundo,
dukeneye Umwuka utwika inzangano twakuriyemo,
dukeneye Umwuka umeze nk'imvura y'umuvumbi yeza,
igakuraho imyanda yose, tunyoteye umuvumbi urimo
inkuba zikubita ibidutandukanya na begenzi bacu.
Dukeneye Umwuka uhinduka nk'isoko muri twe, kugera
igihe utembye nk'isoko y'amazi adakama aduturukamo.

Itorero rikeneye Umwuka wo kutweza, tugahora twambaye imyenda yera uko yanduye tukayimesa.

Dukeneye Umwuka wo kutuvugutira, ukaducura, ukatuvanamo inkamba, ukaduhindura ibikoresho bizima by'Imana. Dukeneye Umwuka uturondora ukatwemeza iby'icyaha, ukatwihanisha kuko ibyo ari byo bimenyetso by'ububyutse itorero riri gusaba. Ububyutse bwose bugendana no kwihana, no kubabarira, no kugira inyota ihoraho y'Imana muri twe. Mana urakoze ko wumvise gusenga kwacu!

Igihe Petero na Yohana basigaga ibyabo byose bakemera gukurikira Yesu, bari bamaze kubyarwa ubwa kabiri, ariko bari batarabatizwa mu Mwuka Wera. Kubatizwa mu Mwuka Wera kuzana n'Imbaraga zidasanzwe. Ntabwo Umwuka atanga impano gusa, ahubwo atanga n'imbuto. Igihe cyose intumwa Petero yamaranye na Yesu yaramukundaga pe, ariko kubera intege nke za kimuntu, Petero yaje kugeraho amwihakana gatatu kose. Ariko Umwuka Wera amaze kumumanukira, yahagaraye imbere y'abagambaniye Yesu, ababwira ashize amanga agira ati:

"Yemwe bagabo ba Isirayeli mwe, nimwumve aya magambo: Yesu w'i Nazareti, wa muntu Imana yabahamirishije imirimo ikomeye n'ibitangaza n'ibimenyetso, ibyo yamukoresheje hagati yanyu nk'uko mubizi ubwanyu, uwo muntu amaze gutangwa nk'uko Imana yabigambiriye, ibimenye bitari byaba, mwamubambishije amaboko y'abagome muramwica. Ariko Imana yaramuzuye ibohoye umubabaro uterwa n'urupfu,

kuko bitashobotse ko akomezwa na rwo... "*Bagabo bene Data, nta kimbuza kubabwira nshize amanga ibya sogokuruza mukuru Dawidi, yuko yapfuye agahambwa ndetse n'igituro cye kiracyari iwacu n'ubu. Nuko rero, kuko yari umuhanuzi akamenya ko Imana yamurahiye indahiro, yuko izamuha umwe mu buzukuruza be ngo abe ari we usubira ku ngoma ye, yavugaga ibyo kuzuka kwa Kristo abibonye bitari byaba. Ni cyo cyatumye avuga ko atārekewe ikuzimu, kandi ngo n'umubiri we nturakabora. Imana yazuye Yesu uwo, natwe twese turi abagabo bo guhamya ibyo. Nuko amaze kuzamurwa n'ukuboko kw'iburyo kw'Imana, no guhabwa na Se ibyo yasezeranije ari byo Mwuka Wera, none asutse icyo mureba kandi mwumva.*" (Ibyakozwe n'Intumwa 2: 22-28; 29-33).

Aya Magambo Petero yayavugiye i Yerusalemu ku Karubanda yari ateye ubwoba. Yesu yari amaze igihe gito gusa azamuwe mu ijuru. Petero yabwiraga abantu bashoboraga kumugirira nabi. Muri abo harimo abishe Yesu. Nta bwoba yari agifite bwo kuba na we bamwica. Ahubwo aho kugirango bamwice nk'uko bishe Kristo, ibyo yababwiye byabakoze ku mitima, maze abantu ibihumbi bitatu barihana. Kwa gutinya yari afite mbere ari mu gikari kwa Kayafa, kwahise gushira burundu. Umwuka Wera amaze kumanuka, ntabwo abantu bavuze indimi nshya gusa, ahubwo bagize gushira amanga no kuvuga ukuri badatinya. Bose bahindutse abagabo bo guhamya Kristo uhereye i Yerusalemu n'i Yudaya yose n'i Samariya, ukageza ku mpera y'isi (Ibyakozwe 2:8).

Nubwo mu myaka yakurikiyeho y'ikinyejana cya mbere habayeho gutotezwa no kurenganywa kw'intumwa, ariko abuzuye Umwuka Wera ni bo banambye k'ukuri bamenye, ntibakangwa gutwikwa no kugaburirwa intare mu gihe cya Nero, umwami wategekaga intara y'Abaroma. Mu karengane k'itorero rya mbere, Yohana byamuviriyemo kunogorwa amaso ahungira ku kirwa cya Patimo, ariko muri uko kunogorwa amaso, Imana yamufunguye amaso y'Umwuka (Haleluya), abona ibintu bikomeye cyane ari kuri icyo kirwa, ari naho yandikiye igitabo cy'Ibyahishuwe.

Aya masezerano y'Umwuka Wera ni ayacu n'urubyaro rwacu, abari hafi n'abari kure bose, abazahamagarwa n'Umwami Imana yacu (Ibyakozwe 2:39). Kugirango Imana iyasohoreze abigishwa, nta kindi byabasabye uretse gusenga no gutegerereza aho yababwiye. *"Umunsi wa Pentekote usohoye, bose bari bari hamwe mu mwanya umwe bahuje umutima. Nuko umuriri ubatungura uvuye mu ijuru umeze nk'uw'umuyaga uhuha cyane, ukwira inzu bari bicayemo."* (Ibyakozwe 2:1-2).

Icyazana ngo natwe, Itorero rya none, duhore mu mwanya umwe, tugume mu nzu y'Imana, duhuze umutima, tugire iyo nzara. Ni ukuri nitugira ibyo bintu, igihe kimwe natwe umuriri uzadutungura uvuye mu ijuru. Abahuje umutima Imana irabasanga. Ububyutse abantu bamaze imyaka basengera buzabimburirwa no kugira ubumwe bw'Itorero. Buzabanzirizwa no kugira inzara n'inyota byo gukiranuka. Umugabo witwa Tommy Welchel yigeze kuvuga ati *ubwo bubyutse bumeze nk'igicu kinese kiri mu kirere. Kugirango imvura iri muri icyo gicu imanuke bizaterwa n'amasengesho yacu.*

Abakristo bashoboye gutahiriza umugozi umwe nta cyababuza guhinduka igisubizo no kuba mu mugambi Imana yabateguriye. Abantu ijana (ubwo mvuze benshi) buzuye Umwuka Wera bashobora gihindura igihugu cyose ndetse n'isi nzima. Intumwa zatangiye ari cumi n'ebyiri, ariko umuriro zacanye na n'ubu wanze kuzima.

Impamvu Satani aza akarika mu bantu bakangana urunuka, ni uko nta Mwuka Wera uba utuye muri bo. Ibyumba by'imitima yabo babikodesheje umwanzi! Ahuzuye Umwuka Wera, ntabwo harangwa n'impano gusa ahubwo hagaragara n'imbuto. Ahuzuye Umwuka Wera imyuka y'inzangano irahunga. Ahuzuye Umwuka Wera, huzura n'imbabazi. Ahuzuye Umwuka Wera imirimo ya kamere irahunga. *"Dore imirimo ya kamere iragaragara ni iyi: gusambana no gukora ibiteye isoni n'iby'isoni nke, no gusenga ibishushanyo, no kuroga no kwangana no gutongana, n'ishyari n'umujinya n'amahane, no kwitandukanya no kwirema ibice, no kugomanwa no gusinda, n'ibiganiro bibi n'ibindi bisa bityo. Ndababwira hakiri kare nk'uko nababwiye kera, yuko abakora ibisa bityo batazaragwa ubwami bw'Imana"* (Abagalatiya 5: 19-21).

Ahuzuye Umwuka Wera huzura n'imbuto z'Umwuka Wera ari zo intumwa Paul yavuze agira ati: *"Ariko rero imbuto z'Umwuka ni urukundo n'ibyishimo n'amahoro, no kwihangana no kugira neza, n'ingeso nziza no gukiranuka, no kugwa neza no kwirinda. Ibimeze bityo nta mategeko abihana. Aba Kristo Yesu babambanye kamere, n'iruba n'irari byayo. Niba tubeshwaho n'Umwuka tujye tuyoborwa n'Umwuka. Twe kwifata uko tutari, twenderanya kandi tugirirana amahari."* (Abagalatiya 5: 22-26)

Icyacu ni ugusaba, tukagira inyota y'amasezerano Imana yaduhaye, ubundi tugategereza twizeye. *Yesu yaradusezeranije ngo "Musabe muzahabwa, mushake muzabona, mukomange ku rugi muzakingurirwa. Kuko umuntu wese usaba ahabwa, ushatse abona, n'ukomanga agakingurirwa. Mbese muri mwe hari umuntu umwana we yasaba umutsima akamuha ibuye, cyangwa yamusaba ifi akamuha inzoka? Ko muri babi kandi mukaba muzi guha abana banyu ibyiza, none So wo mu ijuru ntazarushaho guha ibyiza ababimusabye?"* (Matayo 7:7-11)

Ntabwo umuntu ashobora gusaba adafite inzara cyangwa inyota. Imana iri gushaka abantu bafite inzara ngo ibahaze. Imana ifite amazi ishaka gusuka ku bantu baguye umwuma. Imana ifite ibigega byuzuye ishaka gupakurura ngo igaburire abashonje. Mbese usonzeye iki mu minsi ya none? Ufite inyota y'iki? Nyamuneka nimuze tugire inzara. Nimuze dusabe icyaka. Hari abagabo bajyaga baza gukina umupira wa Basket kera aho nigaga i Nyanza, wababaza impamvu baje gukina, bakakubwira ngo baje gutara icyaka, kandi koko barangizaga gukina bafite inyota.

"Yemwe abafite inyota, nimuze ku mazi kandi n'udafite ifeza na we naze. Nimuze mugure murye, nimuze mugure vino n'amata mudatanze ifeza cyangwa ibindi biguzi. Ni iki gituma mutanga ifeza mukagura ibitari ibyokurya nyakuri? Ni iki gituma mukorera ibidahaza? Mugire umwete wo kunyumvira mubone kurya ibyiza, ubugingo bwanyu bukishimira umubyibuho. "Mutege amatwi muze aho ndi munyumve, ubugingo bwanyu bubone kubaho. Nanjye nzasezerana namwe isezerano rihoraho, ari ryo mbabazi zidahwema Dawidi yasezeranijwe. Dore mutanze ho

umugabo wo guhamiriza amahanga, akaba umwami w'amoko n'umugaba wayo. Dore uzahamagara ishyanga utazi, kandi n'iryari ritakuzi rizakwirukiraho ku bw'Uwiteka Imana yawe, ku bw'Uwera wa Isirayeli kuko azaba aguhaye icyubahiro." Nimushake Uwiteka bigishoboka ko abonwa, nimumwambaze akiri bugufi. Umunyabyaha nareke ingeso ze, ukiranirwa areke ibyo yibwira agarukire Uwiteka na we aramugirira ibambe, agarukire Imana yacu kuko izamubabarira rwose pe. (Yesaya 55: 1-8)

Iri ni isezereano twari dukwiriye guhora tuzirikana. Umwuka natumanukira, azaduha imbaraga zo gukora ibintu bidasanzwe, cyangwa ibintu ubwacu tutakwishoboza. Yesu yaravuze ngo "Sinzabasiga nk'impfubyi, ahubwo nzaza aho muri" (Yohana 14:18). Nimureke tumusabe atumanurireho imvura y'urukundo, imvura yo kubabarira, imvura yo gushira amanga nka Petero. Ndasaba ngo amavuta y'Umwuka Wera adutembeho (wowe nanjye) ku manywa na nijoro, nibashaka bavuge ko twasinze. Dusabe amavuta y'urukundo, dusabe amavuta y'ubwenge no gukiranukira Imana. Umwuka Wera amanukira abamusabye, bamufitiye inyota. Ndasaba Imana ngo iryo sezerano irigusohoreze wowe nanjye uyu munsi. Vuga ngo Amen!

Umwuka Wera ahindura ururimi rw'abantu. Abigishwa bamanukiwe no kuvuga indimi zitandukanye. Na n'uyu munsi hari abo Imana iha iyo ngabire. Sinzi ururimi wowe uri gusengera, jyewe nkeneye ururimi rwubaka, nkeneye ururimi ruhumuriza, nkeneye ururimi rurema, rugasana imitima aho kuyisenya.

Umwuka Wera atanga n'izindi mpano zitandukanye kuko agaba uko ashaka *"Umwe aheshwa ijambo ry'ubwenge n'Umwuka, undi agaheshwa n'uwo Mwuka ijambo ryo kumenya, undi agaheshwa n'uwo Mwuka kwizera, undi agaheshwa n'uwo Mwuka impano yo gukiza indwara. Undi agahabwa gukora ibitangaza, undi agahabwa guhanura, undi agahabwa kurobanura imyuka, undi agahabwa kuvuga indimi nyinshi, undi agahabwa gusobanura indimi, ariko ibyo byose uwo Mwuka umwe ni we ubikorera muri bo, agabira umuntu wese uko ashaka."* (1 Kor 12:8-11)

Icyo nkundira Umwuka Wera kuruta ibindi ni uko ari we mufasha wacu utajya na rimwe abura mu byago no mu makuba (Zaburi 46:2). Atanga impano, ariko ni na we udushoboza kwera imbuto twita imbuto z'Umwuka Wera navuze haruguru: *urukundo n'ibyishimo n'amahoro, no kwihangana no kugira neza, n'ingeso nziza no gukiranuka, no kugwa neza no kwirinda. Ibimeze bityo nta mategeko abihana (Abagalatiya 5:22-23).*

Azi neza ko tudashobora kugira icyo tugeraho tutamufite. Twitungiwe na we. Tutamufite ntaho twagera. Ni we udusabira mu ntege nke zacu, kuko azi intege nke zacu n'ubukene bwacu. *"Uko ni ko n'Umwuka adufasha mu ntege nke zacu kuko tutazi uko dukwiriye gusenga, ariko Umwuka ubwe ni we udusabira aniha iminiho itavugwa, kandi Irondora imitima izi ibyo Umwuka atekereza, kuko Umwuka asabira abera nk'uko Imana ishaka"* (Abaroma 8:26-27).

Kwuzuzwa Umwuka Wera ni kimwe mu bintu by'ingenzi bizadushoboza gukora ibintu byatunaniye. Nitwuzura Umwuka Wera tuzagira umutwaro w'abaduhemukiye. Tuzababwiriza ubutumwa nka Petero, tuzagira urukundo nka Yohana. Ikiruta byose, nitwuzura Umwuka Wera by'ukuri tuzasa na Kristo.

Umwuka Wera azaduha ubwenge n'inema byo kubana n'abantu bose amahoro. Ntabwo ari Umwuka wo kwikingirana mu cyumba ngo tuvuge mu ndimi, nidusohoka dutangire gusebanya. Ntabwo ari Umwuka wo guhanura turi mu iteraniro ngo nidusohoka tubuze abantu amahoro. Mu kanwa kacu ntihagombye kuvamo umugisha ngo havemo n'umuvumo, nkuko mu isoko imwe hadashobora kuvamo amazi meza n'ahumanye (Yakobo 3: 10-12).

Humura, Umwuka Wera azagufasha! Nitwaturira Imana tukayibwira ibyatunaniye, izahindukira iduhe imbaraga dukeneye. Umutwaro wayo ntabwo uremereye, kuko iyo tunaniwe gukora ibyo adusaba, ni we udushoboza. Icyo adusaba gusa ni ukugaragaza ubushake, ni ugusaba ngo duhabwe, ni ukugira inyota, ni ugushaka ngo tubone, ni ugukomanga ngo na we adukingurire: Kuko umuntu wese ushaka abona, usaba ahabwa n'ukomanga arakingurirwa (Matayo 7:7-11). "Urubingo rusadutse ntazaruvuna kandi n'urumuri rucumba ntazaruzimya, ahubwo azazana gukiranuka by'ukuri" (Yesaya 42:3). Amen!

Reka dufatanye iyi indilimbo mbere yo gusoza.

Mwuka Wera wo mw'Ijuru

1 Mwuka Wera wo mw ijuru, Mugabyi w'ubugingo we.
Manuka, turakwinginze, Sang' imitim' ikwifuza.

2 Utwerek' uko tur' uku, Ko twishwe n'ibicumuro;
Utwereke na Krisito, Ukw'ari
n'ukwarokora.

3 Dore, turakwiragije, Kuk' uz' ibidukwiriye; Tumare
mw' ibyaha byacu, Utwerek'
Umucunguzi.

4 Twikish' umuriro wawe imyand' ubonye muri twe,
Nk'ishyari, nko kwihimbaza,
N'ibindi byangwa na Yesu.

5 Uduh' ubuntu bwa Yesu, N'ineza n'amahoro bye,
Uduhe n'urukundo rwe. No kumuyobok' iteka. (Indilimbo
263 Gushimisha)

ISENGESHO

Mu gusoza iki gitabo numvise byaba byiza dufatanije isengesho rikurikira: Uwiteka Mana, nifatanije n'umuntu urangije gusoma iki gitabo. Duhurije umutima hamwe tugusenga kuko wavuze ngo aho babiri cyangwa batatu bazateranira mu Izina ryawe uzaba uri hagati yabo. Dutuye mu isi yuzuye umubabaro. Tubabaza abantu duhura na bo muri iyi si, kandi na bo bakatubabaza.

Turagushima Mana yuko muri wowe hari ibyiringiro. Turagushima ko ari wowe rutare rwacu rudukingira. Wadusezeranije ko ibyiringiro dufite muri wowe bitazigera bidukoza isoni na rimwe, kandi ko ugushikamishijeho umutima, uzamurinda akaba amahoro masa. Dutabare nyaguhora ku ngoma, twubake natwe turubakika. Haguruka urwane n'abaturwanya nk'uko warwaniriye Dawidi. Shingura icumu mu ntagara wimire abatugenza.Turengere abagaragu bawe, kuko ari wowe byiringiro byacu.

Umva gusenga kwacu nk'uko wumvise gusenga k'ubwoko bwawe mu bihe bya kera. Haguruka, ivumbagatanye, nyeganyeza ijuru n'isi ku bw'imbaraga zawe, umanuke udusubize kugirango bose bamenye ko utabaye. Bikore ku bw'izina ryawe rikomeye twiringiye, kugirango isi yose imenye ko muri twe hari Imana.

Turemera ko twakomeretse kandi ibyo bikomere tubimaranye imyaka. Hari ibyo twakize, ariko hari n'ibyanze gukira. Turakwingize Mana kugirango utwomore ibyo bikomere. Utuvaneho igisuzuguriro twatewe n'abaduhemukiye. Utumare agahinda twatewe n'abatwiciye abacu. Mu cyimbo cy'ishavu utwuzuze umunezero. Utuvane ku cyavu utwicaranye n'ibikomangoma. Utuvane mu kazitiro ko kwiheba umwanzi yadushyizemo. Umenagure ibihome kandi uritagure inkike z'imitamenwa umwanzi yubatse impande zacu.

Kandi Mana ikiranuka dukomeje tukwereka imitima yacu. Mana irondora imitima, tuvugutire uducure, utuvaneho umugayo wose utubonamo. Turebane amaso y'imbabazi, utwejeshe amaraso watuviriye ku musaraba. Tubabarire Mana kuko turi abanyabayaha.

Twaturiye imbere yawe ibyaha by'ubwicanyi, ibyaha by'ubusambanyi, ibyaha byo kwifuza, ibyaha by'ubujura, ibyaha byo kwikunda, ibyaha byo kubeshya, ibyaha by'ubwibone, ibyaha byo guca imanza kuri benewacu, ibyaha byo kuvuga abandi nabi, ibyaha byo gusenga ibigirwamana, n'ibindi byaha byose bijyanye n'imirimo ya kamere ijya iboneka muri twe.

Mana tubabarire ibyaha dukorera mu magambo, ibyaha dukorera mu bitekerezo cyangwa mu buryo bugaragara ubwo ari bwo bwose. Ku bw'urukundo rwawe n'amaraso yawe usibanganye gukiranirwa kwacu kose.

Tukweretse ibyatunaniye kureka. Turasaba Mana ngo udushoboze guhinduka mu mitima no kuzinukwa ibyo wanga, maze dukunde ibyo ukunda. Uduhe imbaraga zo kubabarira. Utubohore imigozi y'urwango, utubohore imigozi yo kwihorera, utwike imigozi y'inzika. Mana itanga imbaraga, utwuzuze urukundo rubabarira byose, rukihanganira byose. Utwuzuze intwaro zose kugirango tubashe gutsinda umubisha Satani.

Tugusabye intwaro y'ijambo ryawe, ari yo nkota y'Umwuka. Tugusabye intwaro yo gusenga mu mwuka no mu kuri. Twambike ingofero y'agakiza tuyihorane, tuyigendane aho tujya hose. Twambike gukiranuka nk'icyuma gikingira igituza. Duhe gukenyera ukuri, tuvugane ukuri na bagenzi bacu. Duhe gutwara kwizera nk'ingabo kugirango dushobore kuzimya imyambi yaka umuriro umwanzi Satani aturasa buri munsi.

Kandi Mana Yera, tugusabye ubwenge buva mu ijuru. Twigishe kuvuga ibihesha izina ryawe icyubahiro. Dushoboze guceceka mu gihe bibaye ngombwa, kandi uko bwije n'uko bukeye utwihishurire. Duhe kurushaho kukumenya no kugirana ubusabane nawe. Twuzuze Umwuka Wera, dushobore kuvuga uririmi rushya, ururimi rw'urukundo, ururimi rw'ishimwe, ururimi ruhesha umugisha ku bandi. Duhe impano zo kuramya, impano zo kwimenya, impano zo guca bugufi. Duhe imtima imenetse Mana, kuko bene iyo mitima wasezeranye ko utazigera uyisuzugura. Duhe amahoro aruta ayo umuntu yamenya.

Reka ayo mahoro aganze ibikomere twatewe n'abantu. Reka urukundo no kubabarira abaduhemukiye bidusendere kandi tubigaburire abatarakumenya. Reka imigezi y'amazi y'ubugingo itembe iva mu nda yacu. Duhe ubwenge bwo kumenya ubushake bwawe, kandi utwambike n'imbaraga zo kubugenderamo.

Turagushimye Mana ko wumvise gusenga kwacu. Turagushimye ko ukoze ibirenze ibyo tubasha gusaba cyangwa kwibwira ku bw'imbaraga zawe nyinshi. Tubabariye abaduhemukiye. Tubabariye abanzi bacu, duhisemo gukunda abatwanga, duhisemo gusa nawe.

Tubabariye abatuvuze nabi, Tubabariye abaduteranije. Tubabariye abatwiciye bakatugira imfubyi cyangwa abapfakazi. Tubabariye abaturebye ijisho ribi cyangwa batwifurije nabi. Tubahariye imyenda baturimo kuko natwe watubabariye. Turababohoye kuko batari bazi icyo bakora. Tubatwikirije amaraso yawe.

Turagushima ko uri Imana y'inyembabazi, utinda kurakara kandi wuzuye kugira neza kwinshi. Ibyo byose tubisabye twizeye mu Izina rya Yesu Krisito, Umwami n'Umukiza wacu

Amen.

UMUSOZO

Mwene data, muvandimwe: Ndangije ngushimira kubera igihe wafashe cyo gusoma iki gitabo, no kuba wemeye gufatanya nanjye iri sengesho. Niba usenze iri sengesho ubikuye ku mutima cyangwa ukaba wumva hari icyo Imana ikoze ku bugingo bwawe, wizere mu mutima wawe yuko Imana yumvise gusenga kwawe kandi ikubabariye. Wizere kandi ko uhereye uyu munsi, izina ryawe ryanditswe mu gitabo cy'ubugingo.

Uyu munsi mu ijuru bakoze umunsi mukuru kubera icyemezo ufashe cyo kwibohora ukabohora n'uwakubabaje. Icyo cyemezo ufashe uyu munsi ntikivuga ko nta muntu uzongera kukubabaza mu buzima. Ahubwo kivuga ko, iyi ni inzira yo gukira ibikomere cyangwa imyambi umwanzi azakurasa mu rugendo utangiye.

Inzira yo kubabarira ntabwo ari uguhora uhanze amaso abaguhemukiye, ahubwo ni ukwiyegurira Imana, ukayemerera ikayobora ubugingo bwawe. Iyo wiyemeje gutangira urwo rugendo, ibindi bikurikiyeho Imana igenda ibiguhishurira. Guharira imyenda mugenzi wawe bizagufasha kubohoka. Gushyira ku musaraba ibyo upfa na mugenzi wawe bizagufasha kubaho ubuzima bushya muri Kristo Yesu.

Niba wiyemeje gukomeza iyi nzira yo kubabarira cyangwa ushaka kuyitangira, ushake itorero hafi yawe, uzahasanga abandi bantu biyemeje iyo nzira mukomezanye urugendo. Niba wasomye iki gitabo ukaba nta Bibiliya ufite, nakugira inama yo gushaka Bibiliya, ugatangira gusoma inkuru za Yesu uhereye mu Isezerano Rishya nyuma ukazakomereza ku Iseazerano rya Kera.

Uramutse ufite ikibazo ku byo wasomye muri iki gitabo cyangwa ukeneye kurushaho gusobanukirwa, ushobora kwitabaza itorero rikwegereye, cyangwa natwe utwandikira. Imana iguhe umugisha.

Uwo mufatanije urugendo rujya mu ijuru

Rev. Faustin Uzabakiliho, Ph.D.

C/O Exodus Vision
P.O.Box 967 Sun Valley CA 91353
exodusvision@yahoo.com

INYANDIKO N'IBITABO BY'INGENZI BYIFASHISHIJWE

1. Bibiliya Yera
2. Bibiliya Ijambo ry'Imana
3. Bibiliya Ntagatifu
4. Indilimbo zo guhimbaza Imana
5. Indilimbo z'Agakiza
6. www.gakondo.com
7. Rugamba, Spiriyani. INRS, 1979.
8. Fred Luskin, Babarira Burundu
9. www.Kimenyi.com
10. Dr. Emerson Eggerichs, Love and Respect
11. Uche Ikpa, Ikibazo cy'Amoko muri Amerika n'Uburyo cyakemurwa, https://www.cctvcambridge.org/node/91024

Made in the USA
Monee, IL
22 August 2025

24039603R00144